# SÁCH NẤU ĂN BỒ ĐÀO HOÀN THÀNH

Khám phá khía cạnh hoang dã của ẩm thực với 100 công thức nấu ăn bồ công anh lành mạnh

Phúc Minh

Tài liệu bản quyền ©2024

Đã đăng ký Bản quyền

Không phần nào của cuốn sách này được phép sử dụng hoặc truyền đi dưới bất kỳ hình thức nào hoặc bằng bất kỳ phương tiện nào mà không có sự đồng ý bằng văn bản thích hợp của nhà xuất bản và chủ sở hữu bản quyền, ngoại trừ những trích dẫn ngắn gọn được sử dụng trong bài đánh giá. Cuốn sách này không nên được coi là sự thay thế cho lời khuyên về y tế, pháp lý hoặc chuyên môn khác.

# MỤC LỤC

- MỤC LỤC ........................................................................... 3
- GIỚI THIỆU ....................................................................... 6
- BỮA SÁNG ........................................................................ 7
  - 1. Frittata bồ công anh với phô mai dê ................. 8
  - 2. Bánh kếp bồ công anh ....................................... 10
  - 3. Rau bồ công anh với tỏi tây và trứng ............... 12
  - 4. Bồ công anh và khoai tây băm .......................... 14
  - 5. Trứng tráng xanh bồ công anh ......................... 16
  - 6. Salad ăn sáng xanh bồ công anh ...................... 18
  - 7. Burrito bữa sáng xanh bồ công anh ................. 20
  - 8. Băm bữa sáng xanh bồ công anh ..................... 22
  - 9. Bánh mì ăn sáng xanh bồ công anh ................. 24
  - 10. Salad trứng bồ công anh ................................. 26
- TRÀ ................................................................................. 28
  - 11. Trà Hoa Bồ Công Anh ...................................... 29
  - 12. Trà cỏ ba lá đỏ và bồ công anh ....................... 31
  - 13. Trà Echinacea & Rễ ......................................... 33
  - 14. Trà rễ bồ công anh .......................................... 35
  - 15. Trà pha trộn nhấp nháy .................................. 37
  - 16. Trà bồ công anh và ngưu bàng ....................... 39
  - 17. Trà thải độc bồ công anh-gừng ....................... 41
  - 18. Trà Đá Bồ Công Anh-Bạc Hà ........................... 43
  - 19. Trà Detox Bồ Công Anh-Chanh ....................... 45
  - 20. Trà Hoa Cam Bồ Công Anh ............................. 47
  - 21. Trà Gia Vị Bồ Công Anh-Quế ........................... 49
- BÁNH MÌ .......................................................................... 51
  - 22. Bánh mì chuối bồ công anh ............................ 52
  - 23. Bánh mì hoa bồ công anh ............................... 54
  - 24. Bánh ngô bồ công anh .................................... 56
  - 25. Bánh mì lúa mì mật ong bồ công anh ............ 58
  - 26. Bánh mì phô mai bồ công anh và Cheddar .... 60
  - 27. Bánh mì hạt anh túc chanh bồ công anh ....... 62
  - 28. Bánh mì óc chó bồ công anh .......................... 64
  - 29. Bánh mì lúa mạch đen bồ công anh .............. 66
- MÓN ĂN VÀ MÓN KHAI THÁC ....................................... 68
  - 30. Thanh năng lượng hạt tầm ma và hoa bồ công anh ... 69
  - 31. Bánh rán hoa bồ công anh ............................. 71
  - 32. Lá nho nhồi với rau xanh ............................... 73
  - 33. Chip bồ công anh ............................................ 75
  - 34. Bồ công anh Pesto Crostini ............................ 77
  - 35. Bồ công anh Hummus .................................... 79

36. HOA BỒ CÔNG ANH ..................................................................81
37. BÁNH TART PHÔ MAI BỒ CÔNG ANH VÀ DÊ.................................83
38. BỒ CÔNG ANH VÀ THỊT XÔNG KHÓI BRUSCHETTA........................85
39. NẤM NHỒI BỒ CÔNG ANH VÀ RICOTTA .....................................87
40. TAM GIÁC BỒ CÔNG ANH VÀ FETA PHYLLO................................89

## MÓN CHÍNH ................................................................... 91
41. LASAGNA BỒ CÔNG ANH ...........................................................92
42. MÌ TRỨNG BỒ CÔNG ANH .........................................................94
43. BÁNH MÌ KẸP THỊT BỒ CÔNG ANH .............................................96
44. BỒ CÔNG ANH VÀ KHOAI TÂY VỚI PHÔ MAI ...............................98
45. PASTA PESTO BỒ CÔNG ANH ..................................................100
46. RISOTTO BỒ CÔNG ANH VÀ NẤM .............................................102
47. QUICHE BỒ CÔNG ANH ............................................................104
48. BÁNH TART PHÔ MAI BỒ CÔNG ANH VÀ DÊ ..............................106

## SALAD ........................................................................... 108
49. BỒ CÔNG ANH VỚI SỐT AÇAÍ BERRY ......................................109
50. SALAD BỒ CÔNG ANH VÀ CHORIZO ........................................111
51. SALAD BỒ CÔNG ANH .............................................................113
52. SALAD BÍ ĐAO PATTYPAN NƯỚNG ..........................................115
53. SALAD CÀ CHUA, DƯA LEO, BÍ NGÔ VÀ BỒ CÔNG ANH ............118
54. SALAD ĐẬU XANH, CÀ CHUA VÀ ỚT TRONG LỌ........................120
55. SALAD CỦ CẢI XANH, CÀ RỐT, CỦ CẢI VÀ CÀ CHUA BI ...........122
56. SALAD CÀ CHUA, THỊT GÀ, DƯA CHUỘT, BỒ CÔNG ANH TRONG LỌ ............124
57. SALAD COUSCOUS, THỊT GÀ VÀ BỒ CÔNG ANH .......................126
58. SALAD MÌ BỒ CÔNG ANH ........................................................128
59. RAU BỒ CÔNG ANH HÉO VỚI THỊT XÔNG KHÓI........................130

## SÚP ............................................................................... 132
60. SÚP BỒ CÔNG ANH VÀ KHOAI TÂY .........................................133
61. SÚP TÔM HÙM BỒ CÔNG ANH CHIÊN .....................................135
62. NƯỚC DÙNG XƯƠNG CHAY NẤU CHẬM .................................137
63. CÀ RI BỒ CÔNG ANH VÀ ĐẬU XANH ......................................139
64. SÚP KEM BỒ CÔNG ANH ........................................................141
65. CANH NỤ ĐẬU BỒ CÔNG ANH ................................................143
66. SÚP BÍ ĐỎ BỒ CÔNG ANH ......................................................145

## MÓN TRÁNG MIỆNG ................................................... 147
67. DÂU BAVAROIS VỚI THẠCH NGƯU BÀNG ...............................148
68. BÁNH NGÔ HÀ LAN VỚI RAU BỒ CÔNG ANH ..........................151
69. BÁNH HOA BỒ CÔNG ANH .....................................................153
70. BÁNH QUY VOAN BỒ CÔNG ANH ...........................................155
71. BÁNH QUY BƠ ĐẬU PHỘNG BỒ CÔNG ANH ...........................157
72. BÁNH QUY CÁNH HOA BỒ CÔNG ANH VÀ CHANH VỚI CHANH CẢI XOĂN ............159
73. BÁNH QUY BƠ BỒ CÔNG ANH ................................................161
74. BỒ CÔNG ANH BAKLAVA .......................................................163

75. Bánh mật ong bồ công anh ..................................................................165
76. Thanh chanh bồ công anh ...................................................................167

## GIA VỊ ........................................................................................... **169**
77. Mứt bồ công anh ..................................................................................170
78. Pesto bồ công anh tươi .......................................................................172
79. Siro hoa bồ công anh ..........................................................................174
80. Thạch Bồ Công Anh Với Mật Ong ......................................................176
81. Mù tạt bồ công anh .............................................................................179
82. Nước sốt bồ công anh ........................................................................181
83. Thạch bồ công anh .............................................................................183
84. Pesto hạt bí ngô bồ công anh .............................................................185
85. Bơ mật ong bồ công anh ....................................................................187
86. Bồ công anh Chimichurri ....................................................................189
87. Giấm hoa bồ công anh .......................................................................191
88. Bơ tổng hợp cánh hoa bồ công anh ...................................................193

## SINH TỐ VÀ COCKTAIL .................................................................. **195**
89. Bồ công anh chai ................................................................................196
90. Bia bồ công anh và ngưu bàng ..........................................................198
91. Nước ép rau xanh làm vườn ..............................................................200
92. Sinh Tố Bồ Công Anh Và Húng Quế ..................................................202
93. Phòng tĩnh Amaro ...............................................................................204
94. Nước ép lá atisô và thì là ...................................................................206
95. Mocktail Dứa Cay Và Arugula ............................................................208
96. nước chanh bồ công anh ...................................................................210
97. Rượu bồ công anh Bradbury .............................................................212
98. Sinh Tố Mâm Xôi Xanh Bạc Hà .........................................................214
99. Nước ép rau bồ công anh cay ...........................................................216
100. Sinh Tố Nhiệt Đới Ngon ...................................................................218

## PHẦN KẾT LUẬN ......................................................................... **220**

# GIỚI THIỆU

Chào mừng bạn đến với "Sách dạy nấu ăn hoàn chỉnh về bồ công anh", nơi chúng tôi bắt tay vào cuộc phiêu lưu ẩm thực để khám phá khía cạnh hoang dã của ẩm thực với 100 công thức nấu ăn lành mạnh có hoa bồ công anh khiêm tốn nhưng linh hoạt. Thường bị coi là một loại cỏ dại đơn thuần, bồ công anh là một kho tàng tiềm năng về ẩm thực, mang đến vô số hương vị và dinh dưỡng đang chờ được khám phá. Trong cuốn sách nấu ăn này, chúng tôi tôn vinh vẻ đẹp và sự phong phú của bồ công anh, thể hiện tính linh hoạt trong ẩm thực và lợi ích sức khỏe của chúng trong nhiều công thức nấu ăn đa dạng.

Trong cuốn sách nấu ăn này, bạn sẽ khám phá nhiều công thức nấu ăn làm nổi bật hương vị độc đáo và lợi ích dinh dưỡng của bồ công anh. Từ các món salad sôi động và súp thịnh soạn cho đến các món mặn chính và đồ ngọt, mỗi công thức đều thể hiện tính linh hoạt của nguyên liệu thường bị đánh giá thấp này. Cho dù bạn đang tìm kiếm bồ công anh ở sân sau hay tìm nguồn cung ứng từ chợ nông sản địa phương, cuốn sách nấu ăn này đều cung cấp những cách ngon để kết hợp chúng vào tiết mục ẩm thực của bạn. Điều làm nên sự khác biệt của "Cuốn sách dạy nấu ăn hoàn chỉnh về bồ công anh" là nó tập trung vào việc nấu ăn lành mạnh, bền vững. Bồ công anh không chỉ ngon mà còn vô cùng bổ dưỡng, chứa nhiều vitamin, khoáng chất và chất chống oxy hóa. Bằng cách kết hợp chúng vào bữa ăn, bạn sẽ không chỉ mở rộng tầm nhìn ẩm thực của mình mà còn thu được những lợi ích sức khỏe từ siêu thực phẩm bổ dưỡng này. Cho dù bạn đang theo chế độ ăn kiêng dựa trên thực vật, khám phá hoạt động tìm kiếm thức ăn hoang dã hay chỉ đơn giản là muốn thêm sự đa dạng hơn cho bữa ăn của mình, bồ công anh là một sự bổ sung đáng hoan nghênh cho bất kỳ nhà bếp nào. Trong suốt cuốn sách nấu ăn này, bạn sẽ tìm thấy những lời khuyên thiết thực để thu hoạch và chuẩn bị bồ công anh, cũng như những bức ảnh tuyệt đẹp để truyền cảm hứng sáng tạo ẩm thực của bạn. Cho dù bạn là một đầu bếp dày dạn kinh nghiệm hay một đầu bếp tò mò tại nhà, "Sách dạy nấu ăn bồ công anh hoàn chỉnh" mời bạn đón nhận khía cạnh hoang dã của ẩm thực và khám phá những khả năng thơm ngon của nguyên liệu khiêm tốn nhưng linh hoạt này.

# BỮA SÁNG

## 1. Frittata bồ công anh với phô mai dê

**THÀNH PHẦN:**
- 8 quả trứng
- ½ cốc sữa
- ½ muỗng cà phê muối
- ½ thìa cà phê tiêu đen mới xay
- 1 muỗng canh bơ không muối hoặc dầu ô liu
- 1 củ hành vừa, băm nhỏ
- 2 chén lá bồ công anh xắt nhỏ
- 1 quả cà chua vừa
- 4 ounce phô mai dê, vụn

**HƯỚNG DẪN:**
a) Làm nóng lò ở nhiệt độ 350°F.
b) Đánh đều trứng, sữa, muối và hạt tiêu vào tô. Để qua một bên.
c) Đun nóng chảo 10 inch, an toàn với lò nướng ở nhiệt độ vừa phải và thấp. Thêm bơ vào chảo.
d) Thêm hành tây và nấu từ từ cho đến khi trong suốt, khoảng 5 phút. Thêm lá bồ công anh xắt nhỏ và nấu thêm một hoặc hai phút.
e) Cắt đôi quả cà chua, ép (và loại bỏ) hạt và cùi rồi cắt thành từng miếng vừa ăn.
f) Đổ hỗn hợp trứng lên trên hành tây và bồ công anh đã nấu chín. Nấu cho đến khi các cạnh bắt đầu bong ra khỏi thành chảo, khoảng 6 phút.
g) Rắc đều cà chua cắt nhỏ và phô mai dê lên trên mặt bánh frittata và nướng trong khoảng 15 phút hoặc cho đến khi trứng chín.
h) Lấy frittata ra khỏi lò bằng găng tay và để yên trên bếp trong 5 phút trước khi cắt.
i) Cắt thành nêm và phục vụ ngay lập tức. Thức ăn thừa sẽ tạo nên một bữa trưa đóng hộp tuyệt vời nếu được hâm nóng lại hoặc dùng nguội.

## 2.Bánh kếp bồ công anh

**THÀNH PHẦN:**
- 1 cốc cánh hoa bồ công anh
- 1 cốc hỗn hợp bánh pancake
- 1 cốc sữa
- 2 quả trứng
- Bơ để nấu ăn

**HƯỚNG DẪN:**
a) Trộn bột bánh pancake theo hướng dẫn trên bao bì.
b) Nhẹ nhàng gấp 1 cốc cánh hoa bồ công anh vào.
c) Nấu bánh kếp trên vỉ nướng với bơ cho đến khi có màu vàng nâu.
d) Ăn với xi-rô hoặc mật ong.

## 3. Rau bồ công anh với tỏi tây và trứng

**THÀNH PHẦN:**
- 4 chén rau bồ công anh xắt nhỏ, bỏ cuống dày (khoảng 1-2 bó lớn)
- 2 muỗng canh bơ không muối, bơ trong hoặc bơ sữa trâu
- 1 củ tỏi tây lớn, chỉ lấy phần màu trắng và xanh nhạt, thái nhỏ
- 4 quả trứng lớn
- 1/4 chén phô mai feta vụn

**HƯỚNG DẪN:**

a) Đun sôi một nồi nước muối lớn. Thêm rau bồ công anh cắt nhỏ và chần trong 1 đến 2 phút. Xả thật kỹ rau xanh, dùng thìa gỗ để ráo nước và ép ra càng nhiều chất lỏng càng tốt.

b) Đun chảy bơ hoặc ghee trong chảo xào 10 inch đặt trên lửa vừa. Xào tỏi tây cho đến khi mềm, khoảng 5 phút, thỉnh thoảng khuấy. Thêm từng ít rau bồ công anh đã ráo nước vào. Nấu từng nắm cho đến khi héo, sau đó thêm nhiều hơn.

c) Khi rau đã héo, đập trứng vào chảo đặt trên rau.

d) Phủ phô mai feta lên trên và nấu không đậy nắp cho đến khi lòng trắng trứng đông lại, khoảng 5 phút.

## 4.Bồ công anh và khoai tây băm

**THÀNH PHẦN:**
- 2 chén khoai tây thái hạt lựu
- 1 chén rau bồ công anh tươi xắt nhỏ, rửa sạch
- 1/2 củ hành tây, thái hạt lựu
- 2 tép tỏi, băm nhỏ
- 2 muỗng canh dầu ô liu
- Muối và hạt tiêu cho vừa ăn
- Tùy chọn: thịt xông khói hoặc xúc xích nấu chín, thái hạt lựu

**HƯỚNG DẪN:**

a) Đun nóng dầu ô liu trong chảo trên lửa vừa. Thêm khoai tây thái hạt lựu và nấu cho đến khi chúng bắt đầu có màu nâu và giòn ở các cạnh, thỉnh thoảng khuấy trong khoảng 10-12 phút.

b) Thêm hành tây thái hạt lựu và tỏi băm vào chảo cùng với khoai tây. Nấu cho đến khi hành tây trong suốt, khoảng 3-4 phút.

c) Khuấy rau bồ công anh xắt nhỏ và thịt xông khói hoặc xúc xích nấu chín (nếu dùng). Nấu thêm 2-3 phút cho đến khi rau xanh héo.

d) Nêm muối và hạt tiêu cho vừa ăn. Ăn nóng như một bữa sáng thịnh soạn hoặc món ăn nửa buổi.

## 5. Trứng tráng xanh bồ công anh

**THÀNH PHẦN:**
- 2 quả trứng
- 1 chén rau bồ công anh xắt nhỏ
- 1/4 chén hành tây thái hạt lựu
- 1/4 chén ớt chuông thái hạt lựu
- Muối và hạt tiêu cho vừa ăn
- 1 muỗng canh dầu ô liu

**HƯỚNG DẪN:**
a) Đun nóng dầu ô liu trong chảo trên lửa vừa.
b) Thêm hành tây thái hạt lựu và ớt chuông vào xào cho đến khi mềm.
c) Thêm rau bồ công anh xắt nhỏ vào chảo và nấu cho đến khi héo.
d) Trong một cái bát, đánh trứng với muối và hạt tiêu.
e) Đổ trứng đã đánh lên trên rau xào trong chảo.
f) Nấu cho đến khi trứng tráng chín, sau đó lật và nấu thêm một phút nữa.
g) Ăn nóng với bánh mì nướng hoặc trái cây tươi.

## 6.Salad ăn sáng xanh bồ công anh

**THÀNH PHẦN:**
- 2 chén rau trộn salad (bao gồm cả rau bồ công anh)
- 2 quả trứng luộc chín, thái lát
- 1/4 cốc cà chua bi, cắt đôi
- 1/4 cốc dưa chuột thái lát
- 1/4 quả bơ, thái lát
- 2 lát thịt xông khói nấu chín, vụn
- 2 muỗng canh dầu giấm balsamic hoặc nước sốt tùy thích

**HƯỚNG DẪN:**
a) Xếp các loại rau trộn salad vào đĩa.
b) Phủ trứng luộc chín thái lát, cà chua bi, dưa chuột thái lát, lát bơ và thịt xông khói vụn lên trên.
c) Rưới dầu giấm balsamic lên món salad.
d) Dùng ngay như một món salad ăn sáng bổ dưỡng và thỏa mãn.

## 7.Burrito bữa sáng xanh bồ công anh

**THÀNH PHẦN:**
- 2 bánh bột mì lớn
- 4 quả trứng bác
- 1 chén rau bồ công anh xắt nhỏ
- 1/2 chén đậu đen, để ráo nước và rửa sạch
- 1/4 chén phô mai vụn
- Salsa và lát bơ để phục vụ

**HƯỚNG DẪN:**
a) Đun nóng chảo lớn trên lửa vừa.
b) Làm nóng bánh bột mì trong chảo khoảng 30 giây cho mỗi mặt.
c) Lấy bánh ngô ra khỏi chảo và đặt sang một bên.
d) Trong cùng một chảo, thêm rau bồ công anh cắt nhỏ và xào cho đến khi héo.
e) Cho trứng bác và đậu đen vào chảo rồi nấu cho đến khi trứng chín.
f) Đổ hỗn hợp trứng lên bánh ngô đã hâm nóng.
g) Rắc phô mai cắt nhỏ lên trên phần nhân.
h) Cuộn bánh ngô lại để tạo thành bánh burritos.
i) Ăn kèm với salsa và lát bơ ở bên cạnh.

## 8.Băm bữa sáng xanh bồ công anh

**THÀNH PHẦN:**
- 2 muỗng canh dầu ô liu
- 2 chén khoai tây thái hạt lựu
- 1/2 chén hành tây thái hạt lựu
- 1 chén rau bồ công anh xắt nhỏ
- 4 quả trứng
- Muối và hạt tiêu cho vừa ăn

**HƯỚNG DẪN:**
a) Đun nóng dầu ô liu trong chảo lớn trên lửa vừa.
b) Thêm khoai tây thái hạt lựu vào chảo và nấu cho đến khi vàng nâu và giòn.
c) Cho hành tây thái hạt lựu và rau bồ công anh cắt nhỏ vào chảo, nấu cho đến khi rau héo.
d) Tạo bốn giếng trong hỗn hợp băm và đập một quả trứng vào mỗi giếng.
e) Nấu cho đến khi trứng đạt độ chín mong muốn.
f) Nêm muối và hạt tiêu cho vừa ăn.
g) Ăn nóng ngay từ chảo.

## 9.Bánh mì ăn sáng xanh bồ công anh

**THÀNH PHẦN:**
- 2 bánh nướng xốp kiểu Anh, chia đôi và nướng
- 4 quả trứng, chiên hoặc bác
- 1 chén rau bồ công anh xắt nhỏ
- 4 lát thịt xông khói nấu chín hoặc thịt xông khói gà tây
- 1/4 chén phô mai vụn
- Muối và hạt tiêu cho vừa ăn

**HƯỚNG DẪN:**
a) Đặt trứng đã nấu chín vào nửa dưới của bánh nướng xốp kiểu Anh đã nướng.
b) Phủ lên mỗi quả trứng một lớp rau bồ công anh cắt nhỏ, một lát thịt xông khói nấu chín và phô mai cắt nhỏ.
c) Nêm muối và hạt tiêu cho vừa ăn.
d) Đặt nửa trên của bánh nướng xốp kiểu Anh lên trên phần nhân để tạo thành bánh sandwich.
e) Phục vụ ngay lập tức cho một bữa sáng thịnh soạn khi đang di chuyển.

## 10. Salad trứng bồ công anh

**THÀNH PHẦN:**
- 4 quả trứng luộc chín
- 2/3 chén rau bồ công anh, xắt nhỏ và nấu chín
- 1 muỗng cà phê cải ngựa
- 1 muỗng canh hẹ tươi
- ½ cốc sốt mayonaise

**HƯỚNG DẪN:**
a) Cắt trứng thật nhuyễn.
b) Thêm rau bồ công anh, hẹ và cải ngựa. Trộn nhẹ nhàng.
c) Thêm sốt mayonnaise và trộn vừa đủ để phủ nguyên liệu.

# TRÀ

## 11. Trà Hoa Bồ Công Anh

**THÀNH PHẦN:**
- 1/4 cốc hoa bồ công anh
- 500ml nước sôi
- 1/2 thìa cà phê mật ong
- Nước chanh

**HƯỚNG DẪN:**
a) Đặt đầu hoa bồ công anh vào ấm trà.
b) Đun sôi nước và đổ nước nóng lên hoa bồ công anh.
c) Để ngấm trong 5 phút.
d) Lọc những bông hoa.

## 12. Trà cỏ ba lá đỏ và bồ công anh

**THÀNH PHẦN:**
- 1/4 chén cỏ ba lá đỏ tươi
- Hoa có ít lá
- Chanh vàng
- Em yêu
- Lá bạc hà tươi
- Vài chiếc lá bồ công anh

**HƯỚNG DẪN:**
a) Đặt hoa và lá vào ấm trà.
b) Đổ nước sôi vào, đậy nắp và đun nhỏ lửa trong 10 phút cho ngấm.
c) Lọc vào cốc, thêm một chút chanh và làm ngọt bằng mật ong.

## 13.Trà Echinacea & Rễ

**THÀNH PHẦN:**
- 1 phần rễ cây echinacea purpurea
- pau d'arco 1 phần
- 1 phần rễ bồ công anh sống, rang
- Vỏ cây sarsaparilla 1 phần
- Vỏ quế 1 phần
- 1 phần củ gừng
- Rễ cây ngưu bàng 1 phần
- Vỏ cây xá xị 1 phần
- một nhúm stevia

**HƯỚNG DẪN:**
a) Cho tất cả các loại thảo mộc vào túi trà, cho vào cốc và đậy lại bằng nước sôi.
b) Ngâm trong 10 phút.
c) Lấy túi trà ra và thêm chất làm ngọt vào.

# 14. Trà rễ bồ công anh

**THÀNH PHẦN:**
- Nhân sâm Siberia 1 phần
- Rễ bồ công anh 1 phần
- Cây tầm ma 1 phần
- 1 phần mỗi loại kẹo dẻo và rễ cây ngưu bàng
- 1 phần mỗi quả táo gai và cọ lùn
- 1 phần hạt thì là
- Yến mạch hoang dã 1 phần
- một nhúm stevia

**HƯỚNG DẪN:**
a) Cho tất cả các loại thảo mộc vào túi trà , cho vào cốc và đậy lại bằng nước sôi.
b) Ngâm trong 10 phút.
c) Lấy túi trà ra và thêm chất làm ngọt vào.

## 15. Trà pha trộn nhấp nháy

**THÀNH PHẦN:**
- cây xô thơm 1 phần
- 1 phần ngải cứu
- bồ công anh 1 phần
- 1 phần cỏ xanh và lá tím
- Mỗi phần 1 phần hoa cơm & rơm yến mạch

**HƯỚNG DẪN:**
a) Đặt tất cả các loại thảo mộc vào một túi trà .
b) Cho vào cốc , đậy lại bằng nước sôi.
c) Ngâm trong 10 phút.
d) Lấy túi trà ra và thêm chất làm ngọt vào.
e) Thêm mật ong và chanh.

# 16. Trà bồ công anh và ngưu bàng

**THÀNH PHẦN:**
- 1 muỗng cà phê lá bồ công anh
- 1 muỗng cà phê lá ngưu bàng
- 1 thìa cà phê rau thơm
- 1 thìa cà phê hoa cỏ ba lá đỏ

**HƯỚNG DẪN:**
a) Cho tất cả nguyên liệu vào ấm trà, đổ nước sôi vào, để ngấm trong 15 phút rồi thưởng thức.
b) Uống nóng hoặc lạnh suốt cả ngày.

## 17. Trà thải độc bồ công anh-gừng

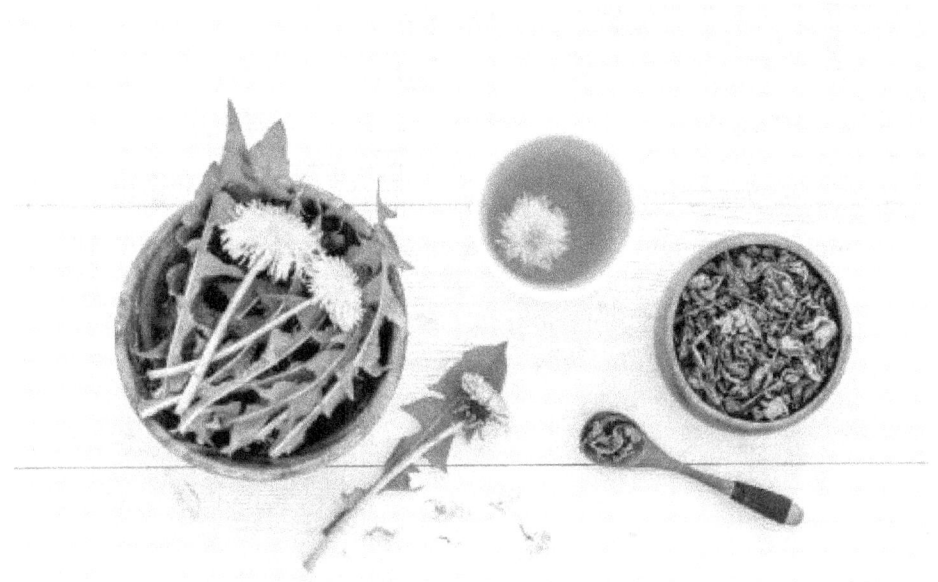

**THÀNH PHẦN:**
- 1 muỗng canh rễ bồ công anh khô
- 1 muỗng cà phê gừng tươi xay
- 1 ly nước

**HƯỚNG DẪN:**
a) Trong một cái chảo nhỏ, đun sôi nước.
b) Thêm rễ bồ công anh khô và gừng nạo vào nước sôi.
c) Giảm nhiệt xuống thấp và để sôi trong vòng 10 - 15 phút.
d) Lọc trà vào cốc.
e) Tùy ý, thêm một chút mật ong hoặc nước cốt chanh để tạo vị ngọt.
f) Dùng nóng như một loại trà giải độc và giải khát.

## 18. Trà Đá Bồ Công Anh-Bạc Hà

**THÀNH PHẦN:**
- 2 muỗng canh lá bồ công anh khô
- 1 muỗng canh lá bạc hà khô
- 2 cốc nước
- Khối nước đá
- Mật ong hoặc chất làm ngọt (tùy chọn)

**HƯỚNG DẪN:**
a) Trong nồi, đun sôi nước.
b) Thêm lá bồ công anh khô và lá bạc hà vào nước sôi.
c) Tắt bếp và để yên trong 10-15 phút.
d) Lọc trà vào bình và để nguội đến nhiệt độ phòng.
e) Sau khi nguội, cho trà vào tủ lạnh cho đến khi nguội.
f) Dùng đá viên với một chút mật ong hoặc chất làm ngọt nếu muốn.
g) Trang trí bằng lá bạc hà tươi để thêm phần tươi mát.
h) Thưởng thức trà đá bồ công anh-bạc hà sảng khoái vào một ngày nóng bức.

# 19. Trà Detox Bồ Công Anh-Chanh

**THÀNH PHẦN:**
- 1 muỗng canh rễ bồ công anh khô
- 1 muỗng canh lá bồ công anh khô
- 1 quả chanh, thái lát mỏng
- 2 cốc nước

**HƯỚNG DẪN:**

a) Trong một cái chảo nhỏ, trộn nước, rễ bồ công anh khô và lá bồ công anh khô vào.

b) Đun sôi hỗn hợp, sau đó giảm nhiệt và đun nhỏ lửa trong vòng 10 - 15 phút.

c) Tắt bếp và lọc trà vào cốc.

d) Thêm một vài lát chanh vào trà.

e) Tùy ý, thêm mật ong hoặc xi-rô cây phong để có vị ngọt.

f) Khuấy đều và thưởng thức trà chanh bồ công anh tươi mát và giải độc này.

## 20. Trà Hoa Cam Bồ Công Anh

**THÀNH PHẦN:**
- 1 muỗng canh hoa bồ công anh khô
- 1 muỗng canh cánh hoa cam khô
- 2 cốc nước

**HƯỚNG DẪN:**
a) Trong nồi, đun sôi nước.
b) Cho hoa bồ công anh khô và cánh hoa cam khô vào nước sôi.
c) Giảm nhiệt xuống thấp và để sôi trong 5-10 phút.
d) Lọc trà vào cốc.
e) Tùy chọn, thêm một lát cam tươi để tăng thêm hương vị và trang trí.
f) Dùng nóng và thưởng thức hương hoa tinh tế của trà hoa cam bồ công anh.

## 21. Trà Gia Vị Bồ Công Anh-Quế

**THÀNH PHẦN:**
- 1 muỗng canh rễ bồ công anh khô
- 1 thanh quế
- 2 cốc nước

**HƯỚNG DẪN:**
a) Trong một cái chảo nhỏ, trộn nước, rễ bồ công anh khô và thanh quế.
b) Đun sôi hỗn hợp, sau đó giảm nhiệt và đun nhỏ lửa trong vòng 10 - 15 phút.
c) Tắt bếp và lọc trà vào cốc.
d) Tùy ý, rắc thêm một ít quế xay để tăng thêm gia vị.
e) Khuấy đều và thưởng thức hương vị ấm áp và dễ chịu của trà gia vị bồ công anh-quế.

# BÁNH MÌ

## 22. Bánh mì chuối bồ công anh

**THÀNH PHẦN:**
- 1 quả chuối chín lớn
- 1 1/4 chén bột mì chưa tẩy trắng
- 1/2 chén dầu ô liu
- 1/3 chén cánh hoa bồ công anh tươi hái
- 1 quả trứng
- 1 muỗng cà phê bột nở
- 1/3 chén đường nâu
- 1/2 muỗng cà phê baking soda

**HƯỚNG DẪN:**
a) Nghiền chuối; sau đó thêm dầu, trứng và đường vào, trộn đều. Khuấy bột mì, hoa bồ công anh, bột nở và baking soda rồi trộn bằng tay cho đến khi mọi thứ hòa quyện hoàn hảo. (Nếu muốn, hãy thêm vào một ít quả óc chó cắt nhỏ hoặc sô cô la vụn.)
b) Dùng thìa cao su múc vào đĩa nướng bánh mì (bánh mì) đã phết mỡ.
c) Nướng ở 350°F trong 20-25 phút.
d) Kiểm tra ở mốc 20 phút bằng cách đưa dao vào - nếu rút dao ra sạch sẽ là xong.

## 23.Bánh mì hoa bồ công anh

**THÀNH PHẦN:**
- 1/4 chén dầu
- 2 cốc bột
- 2 muỗng cà phê bột nở
- 4 thìa mật ong
- 1/2 thìa cà phê muối
- 1 quả trứng
- 1 chén hoa bồ công anh, loại bỏ hết lá và lá còn xanh
- 1 1/2 cốc sữa

**HƯỚNG DẪN:**
a) Kết hợp các nguyên liệu khô trong tô lớn, bao gồm cả cánh hoa, đảm bảo tách từng cụm cánh hoa.
b) Trong bát riêng trộn đều sữa, mật ong, trứng đánh dầu.
c) Thêm chất lỏng vào hỗn hợp khô. Bột phải khá ướt và vón cục.
d) Đổ vào khuôn bánh mì phết bơ hoặc khuôn làm bánh nướng xốp.
e) Nướng 400F. Đối với bánh nướng xốp 20-25 phút, bánh mì dài gấp đôi bánh mì. Kiểm tra độ chín.

## 24. Bánh ngô bồ công anh

**THÀNH PHẦN:**
- 1 chén bột mì trắng
- 1 cốc bột ngô
- 2 muỗng cà phê bột nở
- ¾ thìa baking soda
- 1 muỗng cà phê muối
- 2 quả trứng lớn
- ½ cốc siro hoa bồ công anh (hoặc mật ong)
- ¼ chén dầu hoặc bơ
- 1 cốc sữa (sữa bơ là tốt nhất)
- 1 chén cánh hoa bồ công anh

**HƯỚNG DẪN:**
a) Trộn các nguyên liệu khô lại với nhau.
b) Thêm tất cả các thành phần còn lại và trộn cho đến khi mịn.
c) Đổ bột vào chảo 9×9 hoặc chảo gang 10 inch.
d) Nướng ở 375° trong 25 phút.
e) Ăn nóng với bơ và siro hoa bồ công anh.

## 25. Bánh mì lúa mì mật ong bồ công anh

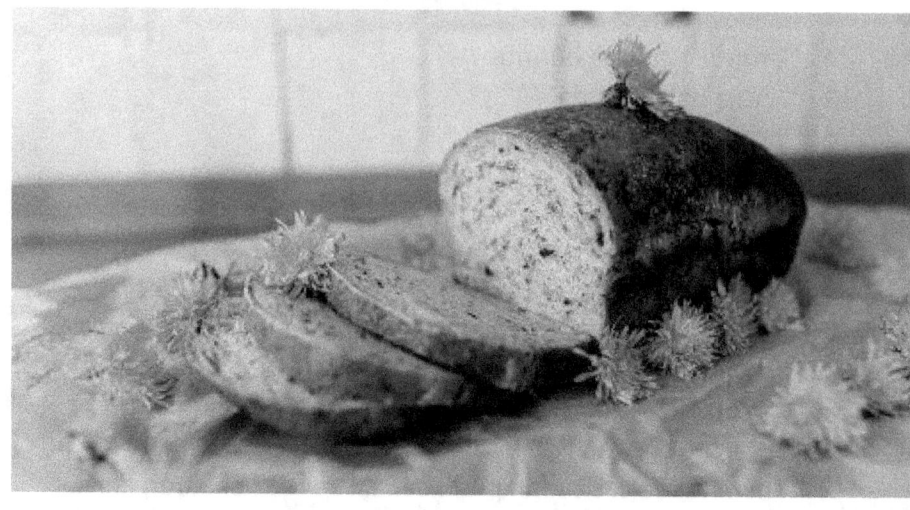

## THÀNH PHẦN:
- 2 chén bột mì đa dụng
- 1 chén bột mì nguyên hạt
- 1/4 cốc mật ong
- 1 muỗng canh men khô hoạt tính
- 1 thìa cà phê muối
- 1 chén cánh hoa bồ công anh (làm sạch và thái nhỏ)
- 1 cốc nước ấm
- 2 muỗng canh dầu ô liu

## HƯỚNG DẪN:
a) Trong một tô trộn lớn, kết hợp nước ấm, mật ong và men khô hoạt tính. Để yên trong 5-10 phút cho đến khi nổi bọt.
b) Thêm dầu ô liu, muối và cánh hoa bồ công anh cắt nhỏ vào hỗn hợp men.
c) Dần dần thêm bột mì đa dụng và bột mì nguyên hạt, trộn đều cho đến khi tạo thành bột.
d) Nhào bột trên bề mặt đã rắc bột mì khoảng 5 - 7 phút cho đến khi mịn và đàn hồi.
e) Cho bột vào tô đã phết dầu mỡ, phủ khăn sạch lên và để ở nơi ấm áp trong 1-2 giờ hoặc cho đến khi bột nở gấp đôi.
f) Đấm bột và tạo hình thành ổ bánh mì. Đặt ổ bánh mì vào chảo nướng đã phết dầu mỡ.
g) Đậy ổ bánh bằng khăn sạch và để bột nở thêm 30-45 phút nữa.
h) Làm nóng lò ở nhiệt độ 375°F (190°C). Nướng bánh trong 30-35 phút hoặc cho đến khi bánh có màu vàng nâu.
i) Lấy ra khỏi lò và để nguội trước khi cắt lát. Thưởng thức bánh mì lúa mì mật ong bồ công anh tự làm của bạn!

## 26.Bánh mì phô mai bồ công anh và Cheddar

## THÀNH PHẦN:
- 3 chén bột mì đa dụng
- 1 muỗng canh bột nở
- 1 thìa cà phê muối
- 1/4 cốc đường
- 1 chén phô mai cheddar cắt nhỏ
- 1 chén rau bồ công anh (làm sạch và thái nhỏ)
- 1 quả trứng
- 1 cốc sữa
- 1/4 chén dầu thực vật

## HƯỚNG DẪN:
a) Làm nóng lò ở nhiệt độ 350°F (175°C). Bôi mỡ vào chảo ổ bánh mì và đặt sang một bên.
b) Trong một tô trộn lớn, trộn bột mì, bột nở, muối và đường.
c) Khuấy phô mai cheddar cắt nhỏ và rau bồ công anh cắt nhỏ cho đến khi kết hợp tốt.
d) Trong một bát riêng, đánh trứng rồi thêm sữa và dầu thực vật. Trộn đều.
e) Đổ nguyên liệu ướt vào nguyên liệu khô và khuấy đều cho đến khi vừa kết hợp.
f) Đổ bột vào khuôn bánh mì đã chuẩn bị sẵn và dàn đều.
g) Nướng trong 45-50 phút hoặc cho đến khi cắm tăm vào giữa và thấy tăm sạch.
h) Lấy ra khỏi lò và để nguội trên chảo trong 10 phút trước khi chuyển sang giá lưới để nguội hoàn toàn. Cắt lát và phục vụ bánh mì phô mai bồ công anh và cheddar còn ấm hoặc ở nhiệt độ phòng.

## 27. Bánh mì hạt anh túc chanh bồ công anh

**THÀNH PHẦN:**
- 2 chén bột mì đa dụng
- 1 muỗng canh bột nở
- 1/2 thìa cà phê muối
- Vỏ của 1 quả chanh
- 1/4 chén hạt anh túc
- 1/2 chén đường
- 1/4 cốc bơ tan chảy
- 1/4 cốc nước cốt chanh
- 1/2 cốc sữa
- 2 quả trứng
- 1 chén cánh hoa bồ công anh (làm sạch và thái nhỏ)

**HƯỚNG DẪN:**
a) Làm nóng lò ở nhiệt độ 350°F (175°C). Bôi mỡ vào chảo ổ bánh mì và đặt sang một bên.
b) Trong một tô trộn lớn, trộn bột mì, bột nở, muối, vỏ chanh, hạt anh túc và đường.
c) Trong một bát riêng, trộn bơ tan chảy, nước cốt chanh, sữa và trứng.
d) Đổ nguyên liệu ướt vào nguyên liệu khô và khuấy đều cho đến khi vừa kết hợp.
e) Nhẹ nhàng gấp những cánh hoa bồ công anh đã cắt nhỏ vào.
f) Đổ bột vào khuôn bánh mì đã chuẩn bị sẵn và dàn đều.
g) Nướng trong 45-50 phút hoặc cho đến khi cắm tăm vào giữa và thấy tăm sạch.
h) Lấy ra khỏi lò và để nguội trên chảo trong 10 phút trước khi chuyển sang giá lưới để nguội hoàn toàn. Cắt lát và phục vụ bánh mì hạt anh túc chanh bồ công anh.

## 28.Bánh mì óc chó bồ công anh

**THÀNH PHẦN:**
- 2 chén bột mì đa dụng
- 1 thìa cà phê bột nở
- 1/2 muỗng cà phê baking soda
- 1/4 thìa cà phê muối
- 1/2 chén đường
- 1/4 cốc bơ tan chảy
- 1 quả trứng
- 1 cốc bơ sữa
- 1/2 chén quả óc chó cắt nhỏ
- 1/2 chén cánh hoa bồ công anh cắt nhỏ

**HƯỚNG DẪN:**
a) Làm nóng lò ở nhiệt độ 350°F (175°C). Bôi mỡ vào chảo ổ bánh mì và đặt sang một bên.
b) Trong một tô trộn lớn, trộn bột mì, bột nở, baking soda, muối và đường.
c) Trong một bát riêng, đánh đều bơ tan chảy, trứng và sữa bơ.
d) Dần dần thêm các thành phần ướt vào các thành phần khô, khuấy đều cho đến khi vừa kết hợp.
e) Gấp quả óc chó cắt nhỏ và cánh hoa bồ công anh vào cho đến khi phân bố đều.
f) Đổ bột vào khuôn bánh mì đã chuẩn bị sẵn và dàn đều.
g) Nướng trong 45-50 phút hoặc cho đến khi cắm tăm vào giữa và thấy tăm sạch.
h) Lấy ra khỏi lò và để nguội trên chảo trong 10 phút trước khi chuyển sang giá lưới để nguội hoàn toàn. Cắt lát và phục vụ bánh mì quả óc chó bồ công anh của bạn.

## 29.Bánh mì lúa mạch đen bồ công anh

**THÀNH PHẦN:**
- 1 chén bột lúa mạch đen
- 1 1/2 chén bột mì đa dụng
- 1 muỗng cà phê baking soda
- 1/2 thìa cà phê muối
- 1/4 cốc mật đường
- 1 cốc bơ sữa
- 1/2 chén rau bồ công anh xắt nhỏ

**HƯỚNG DẪN:**

a) Làm nóng lò ở nhiệt độ 350°F (175°C). Bôi mỡ vào chảo ổ bánh mì và đặt sang một bên.

b) Trong một tô trộn lớn, trộn bột lúa mạch đen, bột mì đa dụng, baking soda và muối.

c) Trong một bát riêng, trộn mật đường và sữa bơ cho đến khi hòa quyện.

d) Dần dần thêm các thành phần ướt vào các thành phần khô, khuấy đều cho đến khi vừa kết hợp.

e) Gấp lá bồ công anh cắt nhỏ cho đến khi phân bố đều.

f) Đổ bột vào khuôn bánh mì đã chuẩn bị sẵn và dàn đều.

g) Nướng trong 50-60 phút hoặc cho đến khi cắm tăm vào giữa và thấy tăm sạch.

h) Lấy ra khỏi lò và để nguội trên chảo trong 10 phút trước khi chuyển sang giá lưới để nguội hoàn toàn. Cắt lát và phục vụ bánh mì lúa mạch đen bồ công anh của bạn.

# MÓN ĂN VÀ MÓN KHAI THÁC

# 30. Thanh năng lượng hạt tầm ma và hoa bồ công anh

## THÀNH PHẦN:
- 1 cốc mơ khô
- ½ cốc hạt điều
- ½ cốc hạnh nhân
- ¼ chén hạt vừng
- 2 thìa mật ong (tùy chọn)
- 1 muỗng canh dầu dừa
- 4 - 6 muỗng canh hạt tầm ma (số lượng tùy thích)
- 4 – 6 thìa hoa bồ công anh (hoặc hoa cúc vạn thọ)
- 4 – 5 khối kẹo gừng
- Một nhúm muối biển
- 1 thìa cà phê bạch đậu khấu

## HƯỚNG DẪN:
a) Lót giấy da vào chảo nướng 8 inch.
b) Xay các loại hạt cho đến khi nhuyễn rồi để ra tô riêng.
c) Xung quả mơ cho đến khi thái nhỏ.
d) Thêm tất cả các thành phần khác (bao gồm cả mật ong nếu sử dụng) vào hỗn hợp mơ và xay cho đến khi kết hợp tốt.
e) Thêm các loại hạt vào hỗn hợp và xay cho đến khi trộn đều. Khi hỗn hợp bắt đầu dính lại với nhau và vo tròn trong máy xay thực phẩm là xong.
f) Dùng vật phẳng ấn chặt hỗn hợp vào khay nướng.
g) Đặt khuôn vào ngăn đá tủ lạnh khoảng 30 phút (hoặc cho đến khi cứng lại), sau đó lấy ra và cắt thành từng thanh.
h) Trang trí thêm một ít hạt tầm ma và hạt vừng.
i) Đặt các thanh trong hộp kín và bảo quản trong tủ lạnh tối đa một tháng.

## 31. Bánh rán hoa bồ công anh

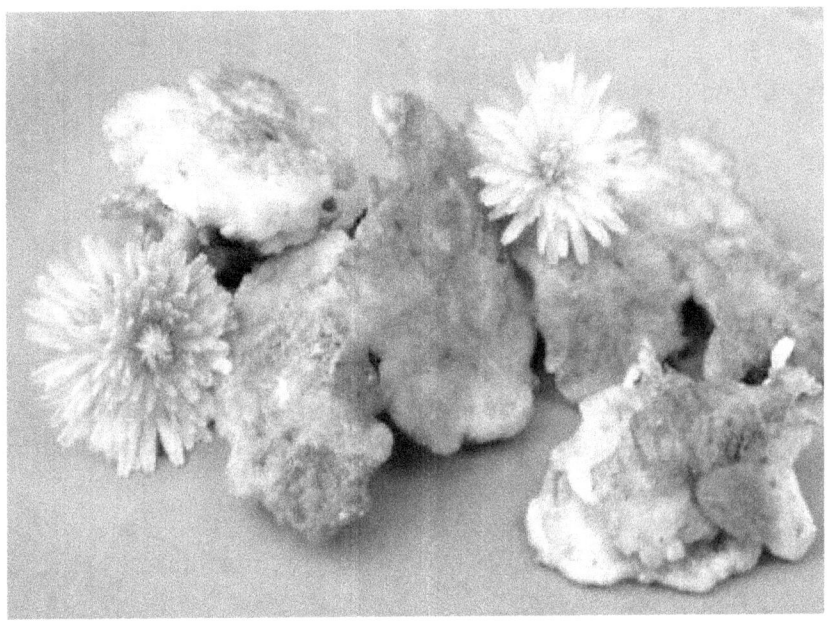

**THÀNH PHẦN:**
- 1 cốc bột mì nguyên cám
- 2 muỗng canh dầu ô liu
- 2 thìa cà phê bột nở
- 1 chén hoa bồ công anh
- 1 nhúm muối
- 1 quả trứng
- Xịt dầu thực vật chống dính
- ½ cốc sữa ít béo

**HƯỚNG DẪN:**

a) Trong một bát trộn đều bột mì, bột nở và muối. Trong một bát riêng, đánh trứng, sau đó trộn với sữa hoặc nước và dầu ô liu.

b) Kết hợp với hỗn hợp khô. Khuấy hoa màu vàng cẩn thận, chú ý không làm nát chúng.

c) Xịt nhẹ dầu thực vật lên vỉ nướng hoặc chảo rán.

d) Đun nóng cho đến khi ấm hoàn toàn. Đổ từng thìa bột vào vỉ nướng và nấu như bánh kếp.

## 32. Lá nho nhồi với rau xanh

**THÀNH PHẦN:**
- 1 chén lá bồ công anh đã hái
- 1 chén cơm, nấu chín
- 1/4 chén hạt thông
- 1/4 cốc nho
- 1 quả chanh, ép lấy nước
- Lá nho (tươi hoặc bảo quản)
- Dầu ô liu
- Muối và hạt tiêu cho vừa ăn

**HƯỚNG DẪN:**
a) Chần lá nho trong nước sôi cho đến khi mềm.
b) Trộn cơm đã nấu chín, rau xanh, hạt thông, quả lý chua và nước cốt chanh vào một cái bát.
c) Đặt một thìa hỗn hợp lên mỗi lá nho và cuộn lại thành một bó chặt.
d) Xếp lá nho đã nhồi vào khay nướng, rưới dầu ô liu và nướng cho đến khi nóng.

## 33. Chip bồ công anh

**THÀNH PHẦN:**
- Rau bồ công anh rửa sạch, phơi khô
- Dầu ô liu
- Muối biển (hoặc gia vị tùy thích)

**HƯỚNG DẪN:**
a) Làm nóng lò nướng của bạn ở nhiệt độ 350°F (175°C).
b) Rửa sạch lá bồ công anh và lau khô. Chia chúng thành từng miếng lớn, loại bỏ những miếng sườn dày.
c) Rưới một chút dầu ô liu lên rau xanh và dùng tay đảo nhẹ để phủ nhẹ lên tất cả các lá.
d) Đặt rau xanh đã tráng thành một lớp duy nhất lên khay nướng.
e) Nướng trong lò làm nóng trước khoảng 8-12 phút. Hãy để mắt tới chúng để tránh bị cháy.
f) Sau khi hoàn thành, lấy khay nướng ra khỏi lò và rắc muối biển hoặc gia vị bạn thích lên lá.
g) Để chip nguội trước khi dùng.

## 34. Bồ công anh Pesto Crostini

**THÀNH PHẦN:**
- Bánh mì baguette cắt thành từng khoanh mỏng
- Sốt pesto bồ công anh (được chế biến từ rau bồ công anh, tỏi, các loại hạt, dầu ô liu và phô mai Parmesan)
- Cà chua bi, giảm một nửa
- Lá húng quế tươi
- men balsamic

**HƯỚNG DẪN:**
a) Nướng các lát bánh mì baguette cho đến khi giòn nhẹ.
b) Trải một ít pesto bồ công anh lên mỗi chiếc bánh mì nướng.
c) Phủ một nửa quả cà chua bi và một lá húng quế tươi lên trên.
d) Rưới men balsamic.
e) Dùng làm món khai vị thú vị cho các buổi họp mặt hoặc tiệc tùng.

## 35. Bồ công anh Hummus

**THÀNH PHẦN:**
- 1 lon (15 ounce) đậu xanh, để ráo nước và rửa sạch
- 1 chén rau bồ công anh đóng gói
- 2 tép tỏi, băm nhỏ
- 3 muỗng canh tahini
- 2 thìa nước cốt chanh
- 2 muỗng canh dầu ô liu
- Muối và hạt tiêu cho vừa ăn

**HƯỚNG DẪN:**

a) Trong máy xay thực phẩm, kết hợp đậu xanh, rau bồ công anh, tỏi băm, tahini, nước cốt chanh và dầu ô liu.
b) Trộn cho đến khi mịn và như kem, cạo các cạnh nếu cần.
c) Nêm muối và hạt tiêu cho vừa ăn.
d) Chuyển món khai vị bồ công anh vào tô phục vụ.
e) Ăn kèm với khoai tây chiên, bánh quy giòn hoặc rau tươi để chấm.

# 36.hoa bồ công anh

**THÀNH PHẦN:**
- Hoa bồ công anh (rửa sạch và phơi khô)
- 1 cốc bột mì đa dụng
- 1 thìa cà phê bột nở
- Chút muối
- 1 quả trứng
- 1/2 cốc sữa
- Dầu để chiên
- Đường bột (tùy chọn, để rắc)

**HƯỚNG DẪN:**
a) Trong một cái bát, trộn đều bột mì, bột nở và muối.
b) Trong một tô khác, đánh trứng và sữa với nhau.
c) Dần dần thêm nguyên liệu ướt vào nguyên liệu khô, khuấy đều cho đến khi mịn.
d) Nhúng từng bông hoa bồ công anh vào bột, phủ đều.
e) Đun nóng dầu trong chảo trên lửa vừa.
f) Chiên hoa bồ công anh đã tráng cho đến khi có màu vàng nâu và giòn.
g) Lấy ra khỏi dầu và để ráo trên khăn giấy.
h) Tùy chọn: Rắc đường bột trước khi dùng như một món ăn nhẹ ngọt và giòn.

## 37.Bánh tart phô mai bồ công anh và dê

**THÀNH PHẦN:**
- Vỏ bánh tart nhỏ (mua ở cửa hàng hoặc tự làm)
- Phô mai dê tươi
- Rau bồ công anh xào cho đến khi héo
- Cà chua bi, giảm một nửa
- Lá húng tây tươi
- Dầu ô liu
- Muối và hạt tiêu cho vừa ăn

**HƯỚNG DẪN:**
a) Làm nóng lò ở nhiệt độ 350°F (175°C).
b) Đặt vỏ bánh tart nhỏ lên khay nướng.
c) Đổ đầy mỗi vỏ bánh tart một thìa phô mai dê tươi.
d) Phủ rau bồ công anh xào và cà chua bi cắt đôi lên trên.
e) Rắc lá húng tây tươi và rưới dầu ô liu.
f) Nêm muối và hạt tiêu cho vừa ăn.
g) Nướng trong lò làm nóng trước khoảng 10-12 phút hoặc cho đến khi vỏ bánh có màu vàng nâu.
h) Dùng khi còn ấm như một món khai vị thơm ngon cho bất kỳ dịp nào.

## 38. Bồ công anh và thịt xông khói Bruschetta

**THÀNH PHẦN:**
- Bánh mì baguette cắt thành từng khoanh mỏng
- Rau bồ công anh, xắt nhỏ
- Thịt xông khói, nấu chín và vỡ vụn
- Pho mát dê
- men balsamic
- Dầu ô liu
- Muối và hạt tiêu cho vừa ăn

**HƯỚNG DẪN:**
a) Nướng các lát bánh mì baguette cho đến khi giòn nhẹ.
b) Trong chảo, xào rau bồ công anh cắt nhỏ với một chút dầu ô liu cho đến khi héo. Nêm với muối và hạt tiêu.
c) Trải một lớp phô mai dê lên mỗi chiếc bánh mì nướng.
d) Phủ rau bồ công anh xào và thịt xông khói vụn lên trên.
e) Rưới men balsamic.
f) Dùng như một món khai vị đầy hương vị và thơm ngon.

## 39. Nấm Nhồi Bồ Công Anh Và Ricotta

**THÀNH PHẦN:**
- Nấm lớn rửa sạch, bỏ cuống
- Phô mai ri-cô-ta
- Rau bồ công anh cắt nhỏ và xào
- Tỏi, băm nhỏ
- Phô mai Parmesan, bào
- Dầu ô liu
- Muối và hạt tiêu cho vừa ăn

**HƯỚNG DẪN:**
a) Làm nóng lò ở nhiệt độ 375°F (190°C). Mỡ một món nướng.
b) Trong một cái bát, trộn phô mai ricotta, rau bồ công anh xào, tỏi băm và phô mai Parmesan bào. Nêm với muối và hạt tiêu.
c) Nhồi hỗn hợp ricotta và bồ công anh vào từng mũ nấm.
d) Đặt nấm nhồi vào đĩa nướng đã chuẩn bị sẵn.
e) Rưới dầu ô liu và rắc thêm phô mai Parmesan.
f) Nướng trong lò làm nóng trước khoảng 15-20 phút hoặc cho đến khi nấm mềm và nhân có màu vàng nâu.
g) Dùng khi còn ấm như một món khai vị hoặc món ăn nhẹ thú vị.

## 40.Tam giác bồ công anh và Feta Phyllo

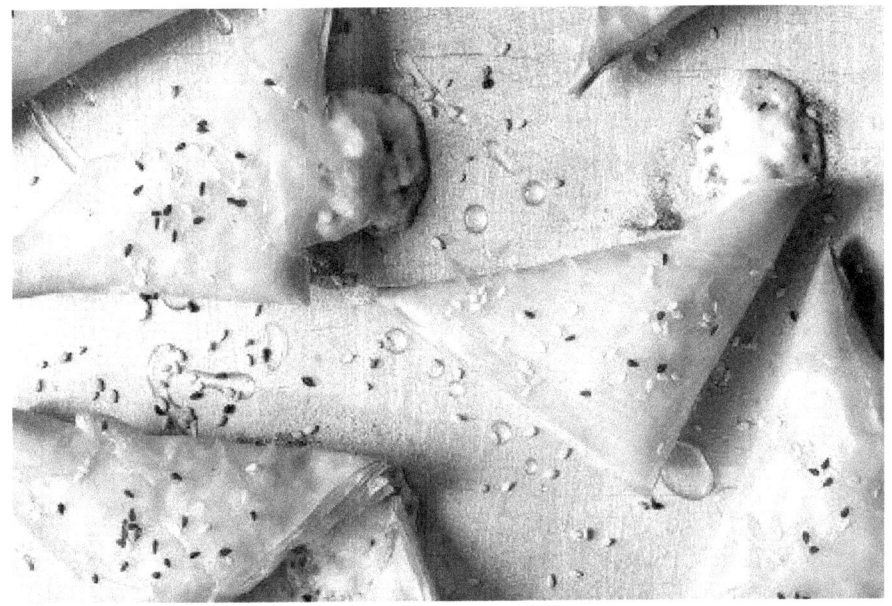

**THÀNH PHẦN:**
- Tấm bột phyllo
- Phô mai Feta, vỡ vụn
- Rau bồ công anh cắt nhỏ và xào
- Vỏ chanh
- Dầu ô liu
- Muối và hạt tiêu cho vừa ăn

**HƯỚNG DẪN:**
a) Làm nóng lò ở nhiệt độ 375°F (190°C). Dòng một tấm nướng bánh bằng giấy giấy da.
b) Trải một tấm bột phyllo và phết nhẹ bằng dầu ô liu.
c) Lặp lại các lớp và chải bằng dầu ô liu cho đến khi bạn có 3-4 lớp.
d) Cắt bột phyllo nhiều lớp thành hình vuông hoặc hình tam giác.
e) Trong một cái bát, trộn đều phô mai feta vụn, rau bồ công anh xào, vỏ chanh, muối và hạt tiêu.
f) Đặt một thìa nhân lên mỗi hình vuông hoặc hình tam giác phyllo.
g) Gấp bột phyllo lên phần nhân để tạo thành hình tam giác hoặc hình vuông.
h) Đặt các hình tam giác hoặc hình vuông đã lấp đầy lên khay nướng đã chuẩn bị sẵn.
i) Nướng trong lò làm nóng trước khoảng 15-20 phút hoặc cho đến khi có màu vàng nâu và giòn.
j) Ăn ấm như một món khai vị ngon và thanh lịch.

# MÓN CHÍNH

## 41. Lasagna bồ công anh

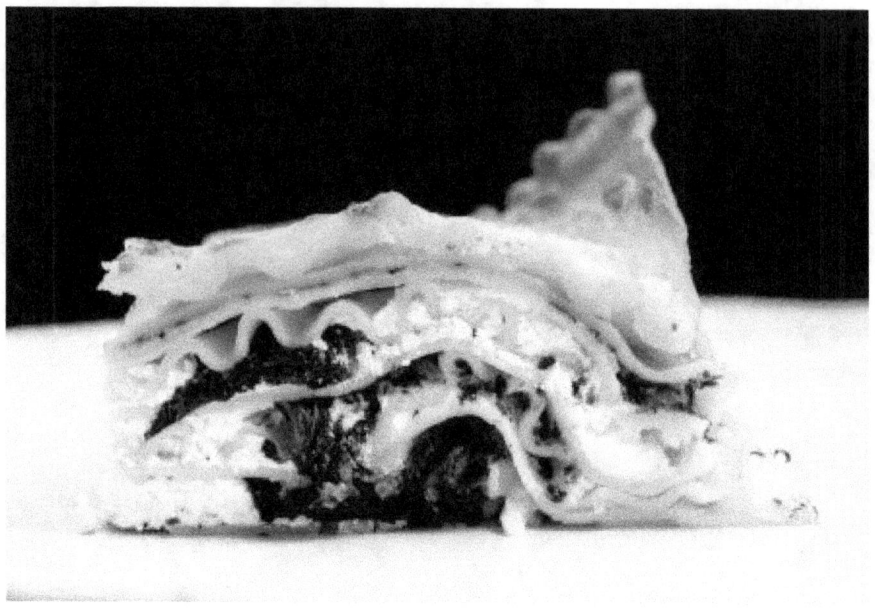

**THÀNH PHẦN:**
- 2 lít nước
- 2 pound lá bồ công anh
- 2 tép tỏi
- 3 muỗng canh mùi tây cắt nhỏ, chia
- 1 thìa húng quế
- 1 thìa cà phê lá oregano
- ½ cốc mầm lúa mì
- 3 chén sốt cà chua
- 6 ounce bột cà chua
- 9 Mì lasagna làm từ lúa mì nguyên hạt
- 1 muỗng cà phê dầu ô liu
- 1 pound phô mai Ricotta
- 1 chút ớt cayenne
- ½ cốc phô mai Parmesan, bào nhỏ
- ½ pound phô mai Mozzarella, thái lát

**HƯỚNG DẪN:**

a) Đun sôi nước, cho bồ công anh vào nấu cho đến khi mềm. Loại bỏ bồ công anh bằng thìa có rãnh và dự trữ nước.
b) Cho bồ công anh vào máy xay cùng với tỏi và 1 thìa rau mùi tây, húng quế và lá oregano.
c) Trộn kỹ, nhưng cẩn thận không để hóa lỏng.
d) Thêm mầm lúa mì, hai chén nước sốt cà chua và bột cà chua.
e) Trộn vừa đủ để trộn kỹ và bảo quản hỗn hợp.
f) Đun sôi nước lần nữa. Thêm lasagna và dầu ô liu. Nấu ăn ngon. Xả và dự trữ.
g) Trộn phô mai ricotta, ớt cayenne và 2 thìa còn lại. mùi tây, dự trữ.
h) Bơ nhẹ bơ vào đáy chảo nướng 9 x 13".
i) Xếp 3 sợi mì lasagna cạnh nhau làm lớp đầu tiên. Phủ ⅓ nước sốt bồ công anh, sau đó là ½ phô mai ricotta.
j) Lắc một ít phô mai Parmesan lên ricotta và phủ nó bằng một lớp lát mozzarella. Lặp lại.
k) Xếp 3 sợi mì lasagna cuối cùng và ⅓ nước sốt bồ công anh cuối cùng. Che phủ với Parmesan và mozzarella còn lại và một cốc nước sốt cà chua.
l) Nướng ở 375 F. trong 30 phút.

## 42. Mì trứng bồ công anh

**THÀNH PHẦN:**
- 2 cốc Rau bồ công anh, đóng gói (3 ounce tính theo trọng lượng), rửa sạch và để ráo nước
- 2 quả trứng
- ½ thìa muối
- 1 đến 1 ¼ chén bột

**HƯỚNG DẪN:**

a) Trong máy xay sinh tố hoặc máy chế biến thực phẩm, kết hợp rau bồ công anh và trứng. Nghiền nhuyễn cho đến khi mịn và hóa lỏng.

b) Trong một tô lớn, trộn đều 1 chén bột mì và muối. Đổ hỗn hợp trứng vào hỗn hợp bột và khuấy đều. Mỗi lần thêm 1 thìa bột mì nếu cần để tạo thành khối bột cứng (điều này sẽ thay đổi tùy theo hàm lượng nước trong lá bồ công anh).

c) Đổ bột ra một tấm lót bột và nhào cho đến khi bột được tạo hình tốt. Dùng cây cán bột cán bột thành tấm mỏng. Món mì trứng ngon nhất được cuộn khá mỏng, cuộn tùy theo sự kiên nhẫn của bạn nhưng hãy nhớ rằng khi luộc mì sẽ nở ra nên hãy mỏng nhé. Để bột đã cán trên thớt cho khô trong 1 giờ.

d) Cắt bột thành sợi mì, bánh pizza sẽ giúp việc này trở nên siêu dễ dàng. Sau khi cắt mì xong, hãy để chúng trên thớt và đặt một nồi nước muối lớn vào đun sôi. Khi nước đã sôi thì cho mì vào và khuấy đều để tránh bị dính.

e) Luộc mì trong 3 đến 5 phút hoặc cho đến khi chín. Xả và phục vụ như mong muốn.

## 43. Bánh mì kẹp thịt bồ công anh

**THÀNH PHẦN:**
- 1 chén bột mì
- 1 chén cánh hoa bồ công anh đóng gói (không có rau xanh)
- 1 quả trứng
- 1/4 cốc sữa
- 1/2 chén hành tây xắt nhỏ
- 1/4 muỗng cà phê muối
- 1/2 muỗng cà phê bột tỏi
- 1/4 muỗng cà phê húng quế và lá oregano
- 1/8 thìa cà phê tiêu

**HƯỚNG DẪN:**

a) Trộn tất cả các thành phần với nhau.

b) Bột sẽ bị nhão. Tạo thành từng miếng chả và chiên trong dầu hoặc bơ, quay cho đến khi giòn cả hai mặt.

c) Không, chúng không có vị như hamburger nhưng cũng không tệ.

## 44. Bồ công anh và khoai tây với phô mai

## THÀNH PHẦN:

- 1 Lb (450 g) lá bồ công anh
- 1 muỗng canh Pecorino Romano
- 1 củ khoai tây vàng
- ½ muỗng cà phê tiêu đen và muối ăn
- 4 củ hẹ
- 7 muỗng canh dầu ô liu nguyên chất
- Rau bồ công anh hấp

## HƯỚNG DẪN:

a) Rửa sạch và nâng cao cây bồ công anh khi cần thiết để loại bỏ bụi bẩn. Hấp hoặc luộc bồ công anh chỉ trong 5 phút. Nếu có thể, hãy tiết kiệm nước dùng để hấp hoặc luộc rau. Bồ công anh xào và khoai tây

b) Gọt vỏ và cắt hẹ làm tư. Gọt vỏ khoai tây và cắt thành khối lớn ½ inch. Đổ 3 muỗng canh dầu ô liu vào chảo và đặt trên lửa vừa. Khi dầu rất nóng nhưng không có khói, đổ hẹ vào chảo và xào cho đến khi vàng.

c) Bây giờ, thêm khoai tây và tiếp tục xào thêm năm phút nữa.

d) Cuối cùng, thêm bồ công anh cắt thành từng miếng dài 3 inch. Xào khoảng 5 phút thì cho ½ muôi nước dùng đun bồ công anh vào.

e) Nấu trên lửa vừa cho đến khi khoai tây chín nhưng không bị nát. Nếu cần thiết, thêm một vài thìa nước nữa.

f) Cuối cùng, thêm phô mai Pecorino Romano bào, hạt tiêu đen và muối cho vừa ăn. Tránh xa lửa, thêm 1 muỗng canh dầu ô liu cho mỗi phần và dùng rất nóng.

## 45.Pasta Pesto bồ công anh

**THÀNH PHẦN:**
- 2 chén rau bồ công anh tươi, rửa sạch và cắt nhỏ
- 1/2 chén hạt thông nướng
- 2 tép tỏi, băm nhỏ
- 1/2 chén phô mai Parmesan bào
- 1/2 chén dầu ô liu nguyên chất
- Muối và hạt tiêu cho vừa ăn
- Mì ống nấu chín theo sở thích của bạn (spaghetti, fettuccine, v.v.)

**HƯỚNG DẪN:**
a) Trong máy xay thực phẩm, trộn rau bồ công anh, hạt thông, tỏi và phô mai Parmesan. Xung cho đến khi cắt nhỏ.
b) Khi máy xay thực phẩm đang chạy, từ từ rưới dầu ô liu vào cho đến khi hỗn hợp tạo thành hỗn hợp sệt mịn. Nêm muối và hạt tiêu cho vừa ăn.
c) Trộn pesto bồ công anh với mì ống đã nấu chín cho đến khi phủ đều. Ăn nóng, trang trí thêm phô mai Parmesan nếu muốn.

# 46.Risotto bồ công anh và nấm

**THÀNH PHẦN:**
- 1 chén gạo Arborio
- 4 chén nước luộc rau hoặc gà
- 1 củ hành tây, thái nhỏ
- 2 tép tỏi, băm nhỏ
- 1 chén rau bồ công anh tươi, rửa sạch và cắt nhỏ
- 1 chén nấm thái lát (chẳng hạn như cremini hoặc nấm hương)
- 1/2 chén rượu trắng khô
- 1/4 chén phô mai Parmesan bào
- 2 thìa bơ
- Muối và hạt tiêu cho vừa ăn
- Rau mùi tây tươi để trang trí

**HƯỚNG DẪN:**
a) Trong một cái chảo lớn, đun nước dùng ở lửa nhỏ và giữ ấm.
b) Trong một cái chảo lớn hoặc lò Hà Lan khác, làm tan bơ trên lửa vừa. Thêm hành tây và tỏi xắt nhỏ vào, xào cho đến khi mềm.
c) Cho gạo Arborio vào nồi và khuấy đều để bơ phủ đều, nấu trong 1-2 phút cho đến khi chín nhẹ.
d) Đổ rượu trắng vào nấu, khuấy liên tục cho đến khi rượu ngấm vào gạo.
e) Bắt đầu thêm nước dùng ấm vào hỗn hợp gạo, mỗi lần múc một muỗng, khuấy liên tục và để từng nước thấm vào trước khi thêm vào. Tiếp tục quá trình này cho đến khi cơm chín mềm như kem, khoảng 18-20 phút.
f) Khuấy rau bồ công anh cắt nhỏ và nấm thái lát trong 5 phút nấu cuối cùng.
g) Sau khi cơm risotto được nấu đến độ đặc mong muốn, hãy tắt bếp và cho phô mai Parmesan bào vào khuấy đều. Nêm muối và hạt tiêu cho vừa ăn.
h) Dùng nóng risotto, trang trí với rau mùi tây tươi.

# 47. Quiche bồ công anh

**THÀNH PHẦN:**
- 1 vỏ bánh (mua ở cửa hàng hoặc tự làm)
- 1 chén rau bồ công anh tươi, rửa sạch và cắt nhỏ
- 1/2 chén giăm bông thái hạt lựu hoặc thịt xông khói nấu chín (tùy chọn)
- 1/2 chén phô mai cắt nhỏ (chẳng hạn như phô mai cheddar hoặc phô mai Thụy Sĩ)
- 4 quả trứng
- 1 cốc sữa hoặc kem
- Muối và hạt tiêu cho vừa ăn
- Một nhúm hạt nhục đậu khấu (tùy chọn)

**HƯỚNG DẪN:**
g) Làm nóng lò nướng của bạn ở nhiệt độ 375°F (190°C).
h) Lót vỏ bánh vào đĩa bánh, gấp mép theo ý muốn.
i) Trong một bát trộn, đánh trứng, sữa hoặc kem, muối, hạt tiêu và hạt nhục đậu khấu cho đến khi kết hợp tốt.
j) Trải đều rau bồ công anh đã cắt nhỏ lên đáy vỏ bánh. Rắc giăm bông thái hạt lựu hoặc thịt xông khói nấu chín (nếu dùng) lên rau xanh, sau đó là phô mai cắt nhỏ.
k) Cẩn thận đổ hỗn hợp trứng lên các nguyên liệu làm nhân trong vỏ bánh.
l) Đặt bánh quiche vào lò đã làm nóng trước và nướng trong 35-40 phút hoặc cho đến khi phần nhân chín và vỏ bánh có màu nâu vàng.
m) Để bánh quiche nguội một chút trước khi cắt và phục vụ. Thưởng thức ấm hoặc ở nhiệt độ phòng.

## 48. Bánh Tart phô mai bồ công anh và dê

**THÀNH PHẦN:**
- 1 tờ bánh phồng, rã đông
- 1 chén rau bồ công anh tươi, rửa sạch và cắt nhỏ
- 4 ounce phô mai dê, vụn
- 1/4 chén quả óc chó cắt nhỏ
- 1 thìa mật ong
- Muối và hạt tiêu cho vừa ăn
- Tùy chọn: men balsamic cho mưa phùn

**HƯỚNG DẪN:**
a) Làm nóng lò nướng của bạn ở nhiệt độ 400°F (200°C).
b) Tung ra tấm bánh phồng trên bề mặt đã phủ bột mì nhẹ và chuyển nó vào khay nướng có lót giấy da.
c) Trải đều lá bồ công anh cắt nhỏ lên trên bánh phồng, để lại đường viền xung quanh các cạnh.
d) Rắc phô mai dê vụn và quả óc chó cắt nhỏ lên rau xanh. Rưới đều mật ong lên bánh tart.
e) Nêm muối và hạt tiêu cho vừa ăn. Tùy ý, rưới men balsamic lên trên để tăng thêm hương vị.
f) Nướng trong lò làm nóng trước trong 20-25 phút hoặc cho đến khi bánh có màu vàng nâu và giòn.
g) Lấy ra khỏi lò và để nguội một chút trước khi cắt lát. Dùng khi còn ấm như một món khai vị thú vị hoặc món chính nhẹ.

# SALAD

## 49. bồ công anh với sốt Açaí Berry

**THÀNH PHẦN:**
**TRANG PHỤC AÇAÍ BERRY**
- Một gói Açaí không đường 100 gam, bảo quản ở nhiệt độ phòng
- ¼ chén dầu dừa
- ¼ chén giấm táo
- 2 thìa mật ong
- 1 muỗng canh hạt chia
- 1 thìa cà phê muối biển

**XA LÁT**
- 2 chén cải xoăn thái lát mỏng
- 2 chén bắp cải napa thái lát mỏng
- 1 chén rau bồ công anh thái lát mỏng
- 1 chén bắp cải đỏ thái lát mỏng
- ½ chén húng quế thái lát mỏng
- ½ chén củ cải thái nhỏ
- ½ cốc cà rốt thái nhỏ
- ½ chén hạt bí ngô nướng
- Mầm hướng dương

**HƯỚNG DẪN:**
a) Để làm nước sốt Açaí Berry: Trộn tất cả nguyên liệu trong máy xay thực phẩm hoặc máy xay sinh tố cho đến khi mịn.
b) Đặt cải xoăn vào tô lớn. Rưới một vài thìa canh lên cải xoăn và xoa bóp để lớp phủ đều. Cho tất cả các loại rau củ khác vào tô và rưới thêm nước sốt tùy thích.
c) Rắc hạt và mầm bí ngô lên rồi trộn đều. Tận hưởng dinh dưỡng!

## 50.Salad bồ công anh và Chorizo

**THÀNH PHẦN:**
- Bát gỏi lá bồ công anh non
- 2 lát bánh mì, cắt lát
- 4 muỗng canh dầu ô liu
- 150 gram Chorizo, thái lát dày
- 2 tép tỏi, xắt nhỏ
- 1 muỗng canh giấm rượu vang đỏ
- Muối và tiêu

**HƯỚNG DẪN:**

a) Nhặt lá bồ công anh, rửa sạch và lau khô trong khăn trà sạch. Đổ vào một bát phục vụ.

b) Cắt vỏ bánh mì và cắt thành khối. Đun nóng một nửa dầu ô liu trong chảo rán.

c) Chiên bánh mì ở nhiệt độ vừa phải, đảo thường xuyên cho đến khi chín vàng đều.

d) Xả trên giấy ăn. Lau sạch chảo và thêm lượng dầu còn lại. Chiên chorizo hoặc mỡ lợn trên lửa cao cho đến khi chín vàng.

e) Thêm tỏi và chiên thêm vài giây nữa rồi tắt lửa. Dùng thìa có rãnh loại bỏ chorizo và rải nó lên món salad.

f) Để chảo nguội trong một phút, khuấy giấm và đổ mọi thứ lên món salad.

g) Rải lên bánh mì, nêm muối và hạt tiêu, trộn và thưởng thức.

# 51.Salad bồ công anh

**THÀNH PHẦN:**
- 4 chén rau bồ công anh tươi
- 1 cốc cà chua bi, giảm một nửa
- 1/2 chén phô mai feta, vụn
- 1/4 chén dầu giấm balsamic
- Muối và hạt tiêu cho vừa ăn

**HƯỚNG DẪN:**
a) Rửa và lau khô lá bồ công anh.
b) Trộn rau bồ công anh, cà chua bi và phô mai feta.
c) Rưới dầu giấm balsamic. Nêm với muối và hạt tiêu.

## 52. Salad bí đao Pattypan nướng

## THÀNH PHẦN:
### SỐT LÁ HÚNG
- 1 ounce rau bồ công anh, cắt tỉa và xé thành từng miếng vừa ăn
- 3 thìa hạt hướng dương rang
- 3 muỗng canh nước
- 1 muỗng canh si-rô phong
- 1 muỗng canh giấm táo
- 1 tép tỏi, băm nhỏ
- ¼ thìa cà phê muối ăn
- ⅛ muỗng cà phê ớt đỏ
- ¼ chén dầu ô liu nguyên chất

### XA LÁT
- 2 muỗng canh dầu ô liu nguyên chất
- 2 muỗng cà phê si-rô phong
- ½ muỗng cà phê muối ăn
- ⅛ thìa cà phê tiêu
- 1,5 pound bí pattypan baby, cắt đôi theo chiều ngang
- 4 bắp ngô, tách hạt từ lõi ngô
- 1 pound cà chua chín, bỏ lõi, cắt thành miếng dày ½ inch và cắt đôi theo chiều ngang
- 1 ounce rau bồ công anh, cắt tỉa và xé thành miếng vừa ăn (1 cốc)
- 2 muỗng canh hạt hướng dương rang

## HƯỚNG DẪN:
### ĐỐI VỚI PESTO:
a) Điều chỉnh giá đỡ lò về vị trí thấp nhất, đặt khay nướng có viền lên giá và làm nóng lò ở nhiệt độ 500 độ.
b) Cho rau bồ công anh, hạt hướng dương, nước, xi-rô phong, giấm, tỏi, muối và hạt tiêu vào máy xay thực phẩm cho đến khi nghiền mịn, khoảng 1 phút, cạo các thành bát nếu cần.
c) Khi bộ xử lý đang chạy, đổ dầu từ từ vào cho đến khi hòa quyện.

### CHO MÓN SALAD:
d) Đánh đều dầu, xi-rô cây phong, muối và hạt tiêu với nhau trong một tô lớn. Thêm bí và ngô rồi trộn vào áo khoác. Thực hiện nhanh chóng, trải rau thành từng lớp trên một tấm giấy nóng, sắp xếp mặt cắt bí đao hướng xuống dưới.

e) Nướng cho đến khi mặt cắt của quả bí có màu nâu và mềm, từ 15 đến 18 phút. Chuyển chảo sang giá lưới và để nguội một chút trong khoảng 15 phút.
f) Cho bí và ngô nướng, một nửa số pesto, cà chua và lá bồ công anh vào tô lớn rồi trộn nhẹ nhàng để kết hợp.
g) Rắc pesto còn lại và rắc hạt hướng dương. Phục vụ.

# 53. Salad Cà Chua, Dưa Leo, Bí Ngô Và Bồ Công Anh

Phục vụ 2

**THÀNH PHẦN:**
- 1/2 chén bí ngô nấu chín, thái hạt lựu
- 1/2 cốc cà chua
- 1/2 chén dưa chuột thái lát
- 1/2 chén lá bồ công anh

**CÁCH ĂN MẶC:**
- 1 muỗng canh. dầu ô liu và 1 muỗng canh. của Chlorella
- 1 muỗng canh. nước cốt chanh tươi và một chút muối biển

**HƯỚNG DẪN:**

a) Xếp nguyên liệu theo thứ tự sau: nước sốt, cà chua, dưa chuột, bí ngô và lá bồ công anh.

## 54. Salad đậu xanh, cà chua và ớt trong lọ

**THÀNH PHẦN:**
- 3/4 chén đậu xanh
- 1/2 cốc cà chua & 1/2 cốc lá bồ công anh
- 1/2 chén dưa chuột thái lát
- 1/2 chén ớt vàng

**CÁCH ĂN MẶC:**
- 1 muỗng canh. dầu ô liu và 2 muỗng canh. Sữa Chua Hy Lạp
- 1 muỗng canh. nước cốt chanh tươi và một chút muối biển

**HƯỚNG DẪN:**

a) Xếp nguyên liệu theo thứ tự sau: nước sốt, dưa chuột, cà chua, đậu xanh, ớt và lá bồ công anh.

## 55.Salad củ cải xanh, cà rốt, củ cải và cà chua bi

**THÀNH PHẦN:**
- 1 cốc củ cải xanh đóng gói
- 1/2 chén cà rốt thái lát
- 1 cốc cà chua bi
- 1 cốc củ cải thái lát
- 1/2 chén lá bồ công anh

**CÁCH ĂN MẶC:**
- 1 muỗng canh. dầu ô liu hoặc dầu bơ
- 1 muỗng canh. nước chanh tươi
- nhúm hạt tiêu đen
- một chút muối biển và một tép tỏi băm (tùy chọn)

**HƯỚNG DẪN:**

a) Trộn tất cả các thành phần.

## 56. Salad cà chua, thịt gà, dưa chuột, bồ công anh trong lọ

**THÀNH PHẦN:**
- 1/2 chén gà nướng
- 1/2 cốc cà chua
- 1/2 chén dưa chuột thái lát
- 1/2 chén lá bồ công anh

**CÁCH ĂN MẶC:**
- 1 muỗng canh. dầu ô liu và 2 muỗng canh. Sữa Chua Hy Lạp
- 1 muỗng canh. nước cốt chanh tươi và một chút muối biển

**HƯỚNG DẪN:**

a) Xếp nguyên liệu theo thứ tự sau: nước sốt, thịt gà, cà chua, dưa chuột và bồ công anh.

## 57.Salad couscous, thịt gà và bồ công anh

**THÀNH PHẦN:**
**ĐỐI VỚI SALAD**
- 4 ức gà không xương không da
- cải xoăn túi 7 oz
- ½ pound rau bồ công anh rách
- vài lát hành đỏ mỏng
- 1/2 quả ớt chuông đỏ ngọt, cắt thành dải
- 1 1/2 chén cà chua nho cắt đôi
- 1 củ cà rốt, cắt thành dải
- 1 quả cam đỏ, cắt đôi và nướng sơ

**ĐỐI VỚI MÓN ƯỚP:**
- 2 muỗng canh nước cốt chanh tươi vắt
- 1 muỗng cà phê lá oregano khô
- 1 muỗng cà phê tỏi, nghiền nát
- muối kosher để nếm thử
- hạt tiêu đen xay tươi để nếm thử

**ĐỐI VỚI Dấm BALSAMIC TRẮNG:**
- 1/4 chén lá húng quế
- 3 muỗng canh giấm balsamic trắng
- 2 muỗng canh hẹ xắt nhỏ
- 1 muỗng canh nước
- 2 muỗng canh dầu ô liu nguyên chất
- nhúm muối và hạt tiêu đen mới xay

**HƯỚNG DẪN:**
a) Kết hợp các thành phần xốt - nước cốt chanh, lá oregano, tỏi xay nhuyễn, muối và hạt tiêu đen rồi đổ lên gà để ướp.
b) Đặt tất cả nguyên liệu giấm vào máy xay sinh tố và xay cho đến khi mịn. Để qua một bên.
c) Nướng gà cho đến khi chín đều hai mặt.
d) Xếp rau lên trên cùng với thịt gà và rưới nước sốt balsamic.

# 58. Salad mì bồ công anh

**THÀNH PHẦN:**
- 3 chén mì ống nấu chín
- 2 muỗng canh giấm
- 1½ chén cà chua thái hạt lựu, để ráo nước
- 1 muỗng canh dầu ô liu
- 1 chén rau bồ công anh, nấu sẵn
- 8 quả ô liu, thái lát
- 2 tỏi tây hoang dã, băm nhỏ, rau xanh và allor 2 muỗng canh hành tây băm
- ½ muỗng cà phê muối

**HƯỚNG DẪN:**
a)  Kết hợp và tận hưởng!

## 59.Rau bồ công anh héo với thịt xông khói

**THÀNH PHẦN:**
- 1 muỗng canh hạt mù tạt
- 2 muỗng cà phê bơ hoặc ghee đã được làm sạch
- 4 ounce thịt xông khói nuôi trên đồng cỏ, xắt nhỏ
- 1 củ hẹ nhỏ, xắt nhỏ
- 1 pound rau bồ công anh non
- 2 muỗng cà phê giấm rượu vang đỏ

**HƯỚNG DẪN:**

a) Đặt chảo gang hoặc thép không gỉ trên lửa cao. Cho toàn bộ hạt mù tạt vào chảo và nướng nhẹ nhàng cho đến khi chúng tỏa ra mùi thơm, khoảng hai phút. Chuyển hạt mù tạt đã nướng vào tô hoặc đĩa để nguội.

b) Giảm nhiệt xuống mức trung bình. Thêm một muỗng cà phê bơ hoặc ghee đã được làm sạch vào chảo và để nó tan chảy cho đến khi nó bắt đầu nổi bọt. Thêm thịt xông khói cắt nhỏ vào chảo và chiên cho đến khi nó trở nên giòn và béo. Chuyển thịt xông khói chiên giòn vào đĩa có hạt mù tạt nướng.

c) Trong cùng chảo với phần mỡ thịt xông khói còn lại, thêm hẹ tây cắt nhỏ. Chiên hẹ cho đến khi có mùi thơm và mềm, khoảng ba phút.

d) Cho lá bồ công anh vào chảo cùng với hành tím đã mềm và mỡ thịt xông khói. Tắt lửa ngay lập tức vì rau xanh sẽ héo dưới nhiệt dư của chảo.

e) Đổ giấm rượu vang đỏ lên những lá bồ công anh đã héo và tiếp tục khuấy cho đến khi lá héo theo ý thích của bạn.

f) Chuyển lá bồ công anh đã héo sang đĩa phục vụ. Rắc hạt mù tạt nướng và thịt xông khói chiên giòn lên trên.

g) Dùng ngay rau bồ công anh héo như một món ăn kèm thơm ngon hoặc một bữa ăn nhẹ.

# Súp

# 60.Súp bồ công anh và khoai tây

**THÀNH PHẦN:**
- 2 chén khoai tây thái hạt lựu
- 1 chén rau bồ công anh tươi xắt nhỏ, rửa sạch
- 1/2 củ hành tây, thái hạt lựu
- 2 tép tỏi, băm nhỏ
- 4 chén nước luộc rau hoặc gà
- 1/2 cốc kem nặng
- 2 thìa bơ
- Muối và hạt tiêu cho vừa ăn
- Trang trí tùy chọn: hẹ hoặc rau mùi tây xắt nhỏ

**HƯỚNG DẪN:**

a) Trong một nồi lớn, làm tan bơ trên lửa vừa. Thêm hành tây thái hạt lựu và tỏi băm vào xào cho đến khi mềm, khoảng 3-4 phút.

b) Thêm khoai tây thái hạt lựu vào nồi và đổ nước luộc rau hoặc gà vào. Đun sôi hỗn hợp, sau đó giảm nhiệt xuống thấp và đun nhỏ lửa trong 15-20 phút hoặc cho đến khi khoai tây mềm.

c) Sử dụng máy xay ngâm hoặc chuyển sang máy xay theo mẻ, trộn súp cho đến khi mịn.

d) Khuấy rau bồ công anh cắt nhỏ và kem đặc. Để súp sôi thêm 5 - 7 phút cho đến khi rau héo và súp được đun nóng.

e) Nêm muối và hạt tiêu cho vừa ăn. Dùng nóng, trang trí với hành lá hoặc mùi tây xắt nhỏ nếu muốn. Hãy thưởng thức món súp bồ công anh và khoai tây thơm ngon và bổ dưỡng này nhé.

# 61. Súp Tôm Hùm Bồ Công Anh Chiên

**THÀNH PHẦN:**
- 1 muỗng canh dầu ô liu
- 1 pound xúc xích chorizo, thái lát
- 2 chén hành tây, thái hạt lựu
- 8 chén tôm hùm, tôm hoặc nước luộc cá
- 12 tép tỏi, bóc vỏ
- 2 quả ớt xanh, thái thành từng khoanh mỏng
- 3 chén bồ công anh xắt nhỏ
- 2 cốc cà chua xắt nhỏ
- 3 quả cam, ép lấy nước
- 2 con tôm hùm gai hoặc Maine, cắt làm đôi
- Muối
- Mảnh ớt đỏ nghiền nát
- ½ cốc nước cốt dừa
- 2 muỗng canh lá ngò tươi thái nhỏ
- 1 công thức bánh rán cay
- 1 công thức sốt mayonnaise ớt đỏ

**HƯỚNG DẪN:**
a) Đổ 1 thìa dầu ô liu vào nồi lớn và đun nóng trên lửa vừa.
b) Thêm xúc xích và hành tây vào nấu trong hai phút.
c) Đun sôi trong khi cho nước kho, tỏi và ớt vào khuấy đều.
d) Đun nhỏ lửa trong 60 phút.
e) Thêm nửa con tôm hùm, rau bồ công anh, cà chua và nước cam, rồi nêm muối và ớt đỏ.
f) Đun nhỏ lửa trong 30 phút.
g) Thêm nước cốt dừa và ngò vào rồi khuấy đều.
h) Đặt một nửa con tôm hùm vào mỗi bát nhỏ.
i) Dọn tôm hùm với nước dùng lên trên.
j) Thêm khoai tây chiên và một ít sốt mayonnaise để trang trí.

# 62. Nước dùng xương chay nấu chậm

**THÀNH PHẦN:**
- 1 chén rau bồ công anh
- 2 chén nấm khô
- miếng gừng cỡ ngón tay cái
- ¼ cốc gel rêu biển
- 3 lá nguyệt quế khô hoặc tươi
- 1 cốc tảo bẹ khô
- một nắm rau mùi hoặc rau mùi
- 10 cốc nước suối

**HƯỚNG DẪN:**
a) Thêm tất cả các loại rau, Gel rêu biển và muối biển vào nồi nấu chậm của bạn.
b) Đậy bằng nước suối và nấu nhỏ trong 8 giờ.
c) Sau khi nấu xong, đặt một cái lưới lọc lên một cái bát thủy tinh lớn và đổ nước dùng vào bát qua lưới lọc.
d) Bảo quản nước dùng thuần chay tự làm của bạn trong lọ thủy tinh sạch và bảo quản trong tủ lạnh từ 5 đến 7 ngày. Nó có thể được đông lạnh trong khay đá lên đến 3 tháng.
e) Bạn có thể uống nguyên nước hầm xương thuần chay này (½ cốc mỗi ngày) hoặc thêm nó vào các món súp tự làm và hạt quinoa.
f) Khi nguội nó sẽ trở nên dày.

# 63.Cà ri bồ công anh và đậu xanh

**THÀNH PHẦN:**
- 2 chén rau bồ công anh tươi, rửa sạch và cắt nhỏ
- 1 lon (15 ounce) đậu xanh, để ráo nước và rửa sạch
- 1 củ hành tây, thái hạt lựu
- 2 tép tỏi, băm nhỏ
- 1 thìa bột cà ri
- 1 thìa cà phê thì là xay
- 1 thìa cà phê rau mùi đất
- 1 lon (14 ounce) nước cốt dừa
- 1 muỗng canh dầu thực vật
- Muối và hạt tiêu cho vừa ăn
- Cơm nấu hoặc bánh mì naan để phục vụ

**HƯỚNG DẪN:**

a) Đun nóng dầu thực vật trong chảo hoặc nồi lớn trên lửa vừa. Thêm hành tây thái hạt lựu và tỏi băm vào xào cho đến khi mềm, khoảng 3-4 phút.

b) Thêm bột cà ri, thì là xay và rau mùi xay vào chảo. Nấu thêm 1-2 phút cho đến khi có mùi thơm.

c) Khuấy rau bồ công anh cắt nhỏ và đậu xanh đã ráo nước, phủ gia vị lên chúng.

d) Đổ nước cốt dừa vào và đun sôi hỗn hợp. Giảm nhiệt xuống thấp và để sôi trong 10-12 phút, để hương vị hòa quyện với nhau.

e) Nêm muối và hạt tiêu cho vừa ăn. Dùng nóng món cà ri bồ công anh và đậu xanh trên cơm hoặc với bánh mì naan để có một bữa ăn ngon miệng và thỏa mãn.

# 64. Súp Kem Bồ Công Anh

**THÀNH PHẦN:**
- 4 chén lá bồ công anh xắt nhỏ
- 2 chén cánh hoa bồ công anh
- 2 cốc nụ bồ công anh
- 1 muỗng canh bơ hoặc dầu ô liu
- 1 chén tỏi tây hoang dã (hoặc hành tây) xắt nhỏ
- 6 tép tỏi, băm nhỏ
- 4 cốc nước
- 2 cốc kem nửa rưỡi hoặc kem nặng
- 2 thìa cà phê muối

**HƯỚNG DẪN:**

a) Nhẹ nhàng đun sôi lá bồ công anh trong 6 cốc nước. Đổ nước đắng đi. Đun sôi nhẹ lần thứ hai, đổ bớt nước đắng.

b) Trong nồi súp có đáy nặng, xào tỏi tây và tỏi hoang dã trong bơ hoặc dầu ô liu cho đến khi mềm. Thêm 4 cốc nước.

c) Thêm lá bồ công anh, cánh hoa, nụ và muối. Đun sôi nhẹ nhàng khoảng 45 phút.

d) Thêm kem và đun nhỏ lửa thêm vài phút nữa. Trang trí bằng cánh hoa.

## 65. Canh nụ đậu bồ công anh

**THÀNH PHẦN:**
- 1 chén đậu Hà Lan tách đôi
- 1 muỗng cà phê muối
- 6 cốc nước
- 2 muỗng canh bơ
- 4-5 tép tỏi, băm nhỏ
- 1/2 chén hành tây, xắt nhỏ
- 1/2 chén cần tây, thái lát mỏng
- 2 cốc nụ bồ công anh
- 1/2 muỗng cà phê húng quế
- 1/2 muỗng cà phê cây xô thơm
- 1/2 muỗng cà phê mặn
- 1 cốc sữa
- 1-2 cốc phô mai viên

Trình bày:
- Cánh hoa bồ công anh

**HƯỚNG DẪN:**
a) Đun nhỏ đậu Hà Lan đã tách đôi trong 6 cốc nước có pha muối trong 1 tiếng rưỡi đến 2 giờ cho đến khi chín.
b) Trong một chảo riêng, xào tỏi, hành tây, cần tây và nụ bồ công anh trong bơ cho đến khi mềm.
c) Thêm húng quế, cây xô thơm và món mặn vào hỗn hợp xào.
d) Kết hợp các loại rau xào với nước dùng đậu Hà Lan đã nấu chín. Đun sôi từ từ trong khoảng 30 phút.
e) Ngay trước khi dùng, khuấy sữa và phô mai khối cho đến khi phô mai tan chảy.
f) Trang trí bằng cánh hoa bồ công anh trước khi dùng.

## 66. Súp bí đỏ bồ công anh

**THÀNH PHẦN:**
- 1 nắm lớn rau bồ công anh
- 1 quả bí ngô nhỏ
- 1 củ hành vừa đến lớn, xắt nhỏ
- 1 ½ muỗng cà phê muối
- 2 muỗng canh. bơ hoặc dầu ô liu
- 6 tép tỏi, băm nhỏ
- 6 cốc nước
- 1 cốc kem đặc
- ½ thìa hạt nhục đậu khấu

**HƯỚNG DẪN:**

a) Cắt lá bồ công anh thành miếng vừa ăn. Nấu trong nước sôi cho đến khi mềm. Xả và nếm thử. Nếu quá đắng, hãy lặp lại quá trình đun sôi và lọc.

b) Nướng toàn bộ bí ngô trên khay nướng ở nhiệt độ 350°F trong khoảng 1 giờ hoặc cho đến khi mềm hoàn toàn. Để nguội rồi cắt đôi và bỏ hạt. Bóc vỏ.

c) Trong nồi súp có đáy nặng, xào hành tây xắt nhỏ và tỏi băm trong dầu hoặc bơ cho đến khi mềm.

d) Cho 6 cốc nước vào nồi cùng hành tỏi phi thơm. Thêm rau bồ công anh nấu chín và bí ngô nghiền vào nồi. Khuấy đều. Mùa muối. Nấu ở mức lửa nhỏ trong 30 phút.

e) Ngay trước khi dùng, khuấy đều 1 cốc kem đặc và ½ thìa hạt nhục đậu khấu. Điều chỉnh gia vị nếu cần thiết.

# MÓN TRÁNG MIỆNG

## 67. Dâu Bavarois với thạch ngưu bàng

**THÀNH PHẦN:**
**ĐỐI VỚI DÂU TÂY BAVAROIS:**
- 500g dâu tây chín tươi, bỏ vỏ và rửa sạch
- 50g đường bột
- 120g đường bột
- 50ml nước lạnh
- 3 lòng đỏ trứng
- 2 lá gelatine nở hoa
- 200g dâu tây xay nhuyễn, ướp lạnh
- 300ml kem tươi

**ĐỐI VỚI KEM DÂU:**
- 250g dâu tây tươi rất chín, bỏ vỏ và rửa sạch
- Kem đôi 150ml
- 75ml sữa
- 75g đường bột

**ĐỐI VỚI THẬT BỒ CÔNG VÀ NGỰA NGƯỢC:**
- 275ml Nước bồ công anh và cây ngưu bàng
- 50g đường bột
- 2 lá gelatine nở hoa
- 25g nhánh bạc hà tươi để trang trí
- 20g dâu tây đông khô để trang trí

**HƯỚNG DẪN:**
a) Đối với món dâu tây nướng dành cho người Bavarois:
b) Làm nóng lò ở 180°C/Gas Mark 4 và lót khay nướng bằng giấy nướng chống dính.
c) Trải dâu tây lên khay nướng đã chuẩn bị sẵn, rắc đường bột và rắc 2 thìa nước lạnh.
d) Nướng dâu tây trong 12-15 phút cho đến khi mềm và nước màu hồng xuất hiện. Làm mát hoàn toàn.

**ĐỐI VỚI KEM DÂU:**
e) Trộn tất cả các thành phần kem trong 1 phút.
f) Cho vào máy làm kem hoặc đông lạnh bằng cách thỉnh thoảng đánh kem.

**ĐỐI VỚI BAVAROIS:**

g) Đánh đường, nước và lòng đỏ trứng trên nước sôi trong 12 phút cho đến khi đặc và nhạt màu.
h) Tắt bếp, thêm gelatine vào và khuấy đều cho đến khi hòa tan. Trộn trong nước ép dâu tây ướp lạnh.
i) Chuyển sang tô sạch trên đá để nguội. Đánh bông nhẹ kem và trộn vào hỗn hợp dâu tây.
j) Đổ hỗn hợp bavarois lên trên dâu tây nướng đựng trong ly tráng miệng và để trong tủ lạnh trong 4 giờ cho đến khi đông lại.
k) Đối với thạch bồ công anh và ngưu bàng:
l) Đun nóng đồ uống bồ công anh và cây ngưu bàng với đường cho đến khi đường tan. Tắt bếp và thêm gelatine. Khuấy cho đến khi hòa tan.
m) Lọc hỗn hợp vào hộp đựng và để trong tủ lạnh trong 4 giờ cho đến khi đông lại.

**PHỤC VỤ:**

n) Xếp dâu tây nướng dành riêng lên trên bavarois.
o) Đặt những viên thạch bồ công anh và ngưu bàng nhỏ vào giữa các quả dâu tây và thêm một muỗng kem dâu vào mỗi món tráng miệng.
p) Trang trí với bạc hà siêu nhỏ và những miếng dâu tây đông lạnh. Phục vụ ngay lập tức.

# 68. Bánh ngô Hà Lan với rau bồ công anh

**THÀNH PHẦN:**
- 6 quả trứng
- 1½ cốc rưỡi
- 4 lát thịt xông khói
- 2 chén hạt ngô, cắt từ khoảng 3 bắp hoặc đông lạnh
- 3 củ hành lá, thái lát mỏng
- ½ chén rau bồ công anh xắt nhỏ
- ½ chén mùi tây xắt nhỏ
- rắc muối
- Chấm hạt tiêu đen mới xay
- Bơ, để bôi trơn
- 1 cốc vụn bánh mì panko không chứa gluten
- 1 muỗng canh dầu ô liu

**HƯỚNG DẪN:**
a) Làm nóng lò ở nhiệt độ 400°F.
b) Trong một tô vừa, đánh trứng và thêm nửa rưỡi vào. Để qua một bên.
c) Luộc thịt xông khói, để ráo nước và cắt thành miếng vừa ăn. Để qua một bên.
d) Kết hợp hỗn hợp trứng với ngô, thịt xông khói, hành lá, rau bồ công anh, rau mùi tây, muối và hạt tiêu.
e) Thoa bơ lên đĩa bánh 10 inch, sau đó đổ hỗn hợp trứng vào.
f) Trộn vụn bánh mì với dầu ô liu vào một cái bát nhỏ, sau đó rải chúng lên trên.
g) Nướng trong 40 đến 45 phút hoặc cho đến khi trứng chín. Phục vụ ấm áp.

# 69. Bánh hoa bồ công anh

**THÀNH PHẦN:**
- 2 muỗng cà phê bột nở
- 2 cốc bột
- 1½ muỗng cà phê baking soda
- 1 muỗng cà phê quế
- 1 muỗng cà phê muối
- 1 cốc đường
- 1 cốc siro hoa bồ công anh
- 1½ chén dầu
- 4 quả trứng
- 2 chén cánh hoa bồ công anh
- 1 lon dứa nghiền nát
- ½ chén quả óc chó
- ½ cốc dừa

**PHỦ SƯƠNG GIÁ**
- Phô mai kem gói 18 oz, nhiệt độ phòng
- 1 cốc đường bột
- 1 hoặc 2 muỗng canh sữa

**HƯỚNG DẪN:**

a) Rây các nguyên liệu khô lại với nhau. Trong tô riêng, đánh đường, xi-rô bồ công anh, dầu và trứng với nhau cho đến khi thành kem.

b) Thêm dứa, quả óc chó và dừa vào, trộn đều.

c) Khuấy các nguyên liệu khô vào hỗn hợp cho đến khi hòa quyện.

d) Đổ bột vào khuôn bánh 9×13 đã phết dầu mỡ và nướng ở nhiệt độ 350° trong khoảng 40 phút.

# 70. Bánh quy voan bồ công anh

**THÀNH PHẦN:**
- 1/2 chén dầu thực vật
- 1/2 chén mật ong
- 2 quả trứng
- 1 chén bột mì
- 1 chén yến mạch khô
- 1/2 chén cánh hoa bồ công anh
- 1 muỗng cà phê chiết xuất chanh
- Tùy chọn: 1/2 chén hạt, cắt nhỏ

**HƯỚNG DẪN:**
a) Làm nóng lò nướng của bạn ở nhiệt độ 375°F (190°C).
b) Trong một tô trộn lớn, trộn dầu thực vật, mật ong và trứng. Trộn cho đến khi trộn đều.
c) Thêm bột mì và yến mạch khô vào nguyên liệu ướt rồi khuấy đều cho đến khi mọi thứ hòa quyện hoàn toàn.
d) Nhẹ nhàng gấp cánh hoa bồ công anh và các loại hạt cắt nhỏ (nếu sử dụng) vào, đảm bảo chúng được phân bổ đều khắp bột bánh quy.
e) Đổ từng thìa bột bánh quy lên khay nướng có lót giấy hoặc phết dầu, chừa một khoảng trống giữa mỗi chiếc bánh quy để dàn đều.
f) Nướng trong lò làm nóng trước khoảng 10-15 phút hoặc cho đến khi bánh có màu vàng nâu xung quanh các cạnh.
g) Sau khi nướng xong, lấy bánh quy ra khỏi lò và để chúng nguội trên khay nướng bánh trong vài phút trước khi chuyển chúng sang giá lưới để nguội hoàn toàn.
h) Thưởng thức bánh quy bồ công anh tự làm với một ly sữa hoặc đồ uống nóng yêu thích của bạn!

# 71.Bánh quy bơ đậu phộng bồ công anh

**THÀNH PHẦN:**
- ½ cốc bơ, đã làm mềm
- 1 muỗng cà phê chiết xuất vani
- ½ cốc bơ đậu phộng
- 1 muỗng cà phê baking soda
- ½ cốc mật ong
- 1 cốc bột mì đa dụng
- 1 quả trứng
- 1 chén bột mì nguyên chất
- ½ chén Cánh hoa bồ công anh (chỉ là cánh hoa) được gói lỏng lẻo

**HƯỚNG DẪN:**
a) Làm nóng lò ở 400 độ. Lót các tờ bánh quy bằng giấy da hoặc thảm nướng silicon.
b) Rây đều bột mì và baking soda. Để qua một bên.
c) Đánh đều bơ, bơ đậu phộng và mật ong cho đến khi mịn và mềm. Đánh trứng và chiết xuất vani cho đến khi hòa quyện hoàn toàn. Thêm các nguyên liệu khô đã rây vào hỗn hợp bơ và trộn cho đến khi tạo thành một khối bột mềm. Gấp cánh hoa bồ công anh vào. Đổ từng thìa đầy vào khay nướng đã chuẩn bị sẵn.
d) Nướng trong lò làm nóng trước từ 13 đến 15 phút hoặc cho đến khi các cạnh vàng.
e) Làm mát trên giá đỡ dây.

## 72. Bánh quy cánh hoa bồ công anh và chanh với chanh cải xoăn

**THÀNH PHẦN:**
**ĐỐI VỚI Cookie:**
- ¼ chén cánh hoa bồ công anh, rửa sạch
- 2/3 cốc (150ml) dầu thực vật
- 1/3 cốc (75g) đường bột
- 1 muỗng cà phê chiết xuất vani
- 1 thìa nước cốt chanh
- ½ muỗng cà phê vỏ chanh
- 1 cốc (80g) yến mạch
- 1 cốc (115g) bột mì đa dụng
- 1 thìa cà phê bột nở
- ¼ thìa cà phê muối

**ĐỐI VỚI MÙA XANH CHALE:**
- ½ muỗng canh cải xoăn mới ép
- 1/2 cốc (65g) đường bột
- 1 thìa nước cốt chanh

**HƯỚNG DẪN:**

a) Làm nóng lò nướng của bạn ở nhiệt độ 425°F (220°C). Lót khay nướng bằng giấy nướng.
b) Đánh đều dầu, đường, vani, nước cốt chanh và vỏ với nhau cho đến khi mịn. Trong một bát riêng, trộn yến mạch, bột mì, bột nở, muối và cánh hoa bồ công anh. Thêm các thành phần ướt vào hỗn hợp khô và khuấy đều.
c) Thả từng thìa cà phê hỗn hợp lên khay nướng đã lót giấy nến. Nhẹ nhàng ấn xuống bằng mặt sau của một cái nĩa. Nấu trong 7-10 phút hoặc cho đến khi bắt đầu chuyển sang màu vàng.
d) Làm nguội trên tấm trải trong 10 phút, sau đó chuyển sang giá lưới để nguội hoàn toàn.
e) Đối với mưa phùn cải xoăn và chanh:
f) Trộn tất cả các thành phần cho đến khi mịn. Rưới lên những chiếc bánh quy đã nguội.

## 73.Bánh quy bơ bồ công anh

**THÀNH PHẦN:**
- 1 cốc bơ, làm mềm
- 1/2 chén đường
- 1/2 đến 1 cốc cánh hoa bồ công anh (chỉ phần màu vàng)
- 2 1/2 chén bột mì
- 1 nhúm muối

**HƯỚNG DẪN:**
a) Làm nóng lò nướng của bạn ở nhiệt độ 325 độ F (165 độ C).
b) Trong một tô trộn, trộn bơ đã làm mềm và đường bằng máy trộn cho đến khi mịn và nhẹ, khoảng 3 phút.
c) Cho cánh hoa bồ công anh vào hỗn hợp bơ và đường rồi đánh đều.
d) Từ từ thêm bột mì và muối vào hỗn hợp, đánh cho hòa quyện hoàn toàn. Lúc đầu bột có thể bị vụn, nhưng sau đó sẽ bắt đầu dính lại với nhau.
e) Khi tất cả bột đã được thêm vào, đánh ở tốc độ thấp trong khoảng một phút nữa.
f) Dùng tay nhào bột nhẹ nhàng cho đến khi tạo thành một khối dẻo dính.
g) Cán bột theo độ dày mong muốn và cắt thành các hình dạng bằng khuôn cắt bánh quy yêu thích của bạn.
h) Đặt những chiếc bánh lên khay nướng có lót giấy nến.
i) Nướng bánh quy trong lò làm nóng trước khoảng 20 đến 25 phút hoặc cho đến khi chúng bắt đầu chuyển sang màu nâu ở phần dưới và chín hoàn toàn ở phần trên.
j) Lấy bánh quy ra khỏi lò và chuyển chúng sang giá làm mát. Để chúng nguội hoàn toàn trước khi thưởng thức.

# 74.Bồ công anh Baklava

**THÀNH PHẦN:**
- 1/2 hộp lá phi lê
- 1 thanh bơ
- 2 chén hạt hồ đào thái nhỏ (bạn cũng có thể dùng quả óc chó hoặc quả hồ đào)
- 1 thìa cà phê đường
- 1/2 muỗng cà phê quế
- 1/2 muỗng cà phê hạt nhục đậu khấu
- 3/4 cốc si-rô hoa bồ công anh

**HƯỚNG DẪN:**

a) Làm nóng lò nướng của bạn ở nhiệt độ 375°F (190°C). Bơ một chảo nướng 9x13 inch.

b) Trong một cái bát, trộn các loại hạt đã thái nhỏ với đường, quế và nhục đậu khấu.

c) Làm tan chảy thanh bơ.

d) Xếp 8 tờ lá fillo vào chảo 9x13 inch đã phết bơ, dùng chổi quét bánh ngọt phết từng tờ còn lại bằng bơ tan chảy.

e) Rắc đều một nửa hỗn hợp hạt lên các tấm fillo đã xếp lớp.

f) Xếp 8 tờ lá fillo khác lên trên hỗn hợp hạt, sau đó rắc đều hỗn hợp hạt còn lại lên các tờ này.

g) Xếp phần còn lại của các tờ giấy fillo lên trên, phết một lớp bơ tan chảy lên lớp trên cùng.

h) Cẩn thận cắt baklava đã lắp ráp thành 30 ô vuông (6x5) bằng dao sắc trước khi nướng.

i) Nướng trong lò làm nóng trước khoảng 30 phút hoặc cho đến khi có màu vàng nâu.

j) Khi baklava hơi ngả sang màu nâu, lấy nó ra khỏi lò và đổ ngay xi-rô hoa bồ công anh ở nhiệt độ phòng lên baklava nóng khi nó vẫn còn nóng.

k) Để baklava nguội hoàn toàn trong chảo trước khi dùng. Hãy thưởng thức món bánh baklava truyền thống độc đáo này với hương vị thú vị của xi-rô hoa bồ công anh!

## 75.Bánh mật ong bồ công anh

**THÀNH PHẦN:**
- 2 chén bột mì đa dụng
- 1 chén cánh hoa bồ công anh (tươi và rửa sạch)
- 1 cốc mật ong
- 1 cốc đường cát
- 1 cốc bơ không muối, làm mềm
- 4 quả trứng
- 1 muỗng cà phê chiết xuất vani
- 1 thìa cà phê bột nở
- 1/2 muỗng cà phê baking soda
- 1/2 thìa cà phê muối
- 1 cốc bơ sữa

**HƯỚNG DẪN:**

a) Làm nóng lò nướng của bạn ở nhiệt độ 350°F (175°C). Bôi mỡ và bột vào chảo nướng 9x13 inch.

b) Trong một cái bát, trộn đều bột mì, bột nở, baking soda và muối. Để qua một bên.

c) Trong một tô khác, đánh bơ, mật ong và đường cho đến khi mịn và mịn.

d) Đánh từng quả trứng vào cho đến khi hòa quyện. Khuấy chiết xuất vani.

e) Dần dần thêm các thành phần khô vào các thành phần ướt, xen kẽ với bơ sữa và trộn cho đến khi vừa kết hợp. Cẩn thận đừng trộn quá tay.

f) Nhẹ nhàng gấp cánh hoa bồ công anh vào.

g) Đổ bột vào chảo nướng đã chuẩn bị sẵn và trải đều.

h) Nướng trong lò làm nóng trước khoảng 30-35 phút hoặc cho đến khi cắm tăm vào giữa tăm thấy tăm sạch.

i) Để bánh nguội trong chảo khoảng 10 phút trước khi chuyển bánh ra giá lưới cho nguội hoàn toàn. Phục vụ các lát bánh với một chút mật ong nếu muốn.

# 76. Thanh chanh bồ công anh

**THÀNH PHẦN:**
- 1 cốc bột mì đa dụng
- 1/2 chén đường bột, cộng thêm để rắc đường
- 1/2 chén bơ không muối, làm mềm
- 2 muỗng canh cánh hoa bồ công anh tươi (rửa sạch và lau khô)
- 1 cốc đường cát
- 2 muỗng canh bột mì đa dụng
- 1/2 muỗng cà phê bột nở
- Chút muối
- 2 quả trứng lớn
- Vỏ của 1 quả chanh
- 1/4 cốc nước cốt chanh tươi

**HƯỚNG DẪN:**

a) Làm nóng lò nướng của bạn ở nhiệt độ 350°F (175°C). Bôi mỡ và lót giấy nến vào khay nướng 8x8 inch, chừa lại phần nhô ra ở hai bên để dễ dàng tháo ra.

b) Trong một cái bát, trộn bột mì, đường bột, bơ mềm và cánh hoa bồ công anh. Trộn cho đến khi vụn.

c) Nhấn hỗn hợp vào đáy chảo nướng đã chuẩn bị sẵn một lớp đều. Nướng trong 15-20 phút, hoặc cho đến khi vàng nhẹ.

d) Trong khi nướng vỏ bánh, chuẩn bị nhân chanh. Trong một tô khác, trộn đều đường cát, bột mì, bột nở và muối.

e) Thêm trứng, vỏ chanh và nước cốt chanh vào nguyên liệu khô và đánh đều cho đến khi hòa quyện.

f) Đổ nhân chanh lên trên lớp vỏ nóng và cho chảo vào lò nướng.

g) Nướng thêm 20-25 phút hoặc cho đến khi phần nhân chín và các cạnh có màu vàng nhạt.

h) Để các thanh nguội hoàn toàn trong chảo trên giá lưới.

i) Sau khi nguội, rắc đường bột lên trên. Cắt thành hình vuông và phục vụ.

# GIA VỊ

# 77.Mứt bồ công anh

## THÀNH PHẦN:
- 2½ cốc đường
- ¾ cốc nước cam mới vắt
- 3 muỗng canh vỏ cam hữu cơ nghiền
- 1½ chén cánh hoa bồ công anh màu vàng (loại bỏ hầu hết các phần màu xanh lá cây)
- ¾ cốc nước
- 1 (1,75 ounce) gói pectin Sure-Jell

## HƯỚNG DẪN:
a) Cho đường, nước cam, vỏ cam và cánh hoa bồ công anh vào tô chế biến thực phẩm hoặc máy xay sinh tố.
b) Trộn đều vài lần cho đến khi hòa quyện.
c) Trong một cái chảo nhỏ, trộn nước và pectin trên lửa vừa cho đến khi hòa quyện.
d) Đun sôi trong 1 phút (không ít hơn). Bước này là bắt buộc để tạo ra một lớp mứt dày.
e) Tắt bếp và thêm ngay pectin nóng vào hỗn hợp đường trong khi máy chế biến hoặc máy xay đang chạy.
f) Mứt thiết lập rất nhanh. Chuẩn bị sẵn 4 lọ và nắp đã khử trùng để đổ đầy, đậy kín và để trong tủ lạnh.
g) Dùng trên bánh mì nướng cho bữa sáng hoặc làm lớp men cho ức gà.

## 78. Pesto bồ công anh tươi

**THÀNH PHẦN:**
- 2 chén rau bồ công anh
- 1/2 chén dầu ô liu
- 1/2 chén phô mai Parmesan bào 2 thìa cà phê tỏi nghiền
- muối cho vừa ăn (tùy chọn)
- 1 nhúm ớt đỏ hoặc tùy khẩu vị (tùy chọn)

**THÀNH PHẦN:**

a) Trong máy xay thực phẩm, thêm tất cả nguyên liệu và xay cho đến khi mịn.

# 79. Siro hoa bồ công anh

**THÀNH PHẦN:**
- 1 lít hoa bồ công anh
- 1 lít (4 cốc) nước
- 4 cốc đường
- 1/2 quả chanh hoặc cam (hữu cơ nếu có thể), cắt nhỏ (gọt vỏ và cả vỏ) - tùy chọn

**HƯỚNG DẪN:**
a) Đặt hoa bồ công anh và nước vào chậu. Đun sôi hỗn hợp rồi tắt bếp, đậy nắp nồi và để qua đêm.
b) Ngày hôm sau, lọc hỗn hợp để tách chất lỏng ra khỏi hoa đã tàn. Nhấn hoa để chiết xuất càng nhiều chất lỏng càng tốt.
c) Thêm đường và cam quýt thái lát (nếu dùng) vào nước lọc.
d) Đun nóng hỗn hợp từ từ trong nồi, thỉnh thoảng khuấy trong vài giờ hoặc cho đến khi hỗn hợp đặc lại như xi-rô đặc như mật ong. Việc này có thể mất một chút thời gian, vì vậy hãy kiên nhẫn và thỉnh thoảng khuấy đều để tránh bị cháy.
e) Khi xi-rô đã đạt được độ đặc như mong muốn, hãy tắt lửa.
f) Xi-rô có thể đóng trong lọ nửa lít hoặc 1 pint để bảo quản. Đảm bảo tuân theo các quy trình đóng hộp thích hợp để đảm bảo lọ được đậy kín đúng cách.
g) Thưởng thức xi-rô hoa bồ công anh tự làm của bạn như một chất làm ngọt trong các công thức nấu ăn khác nhau hoặc tặng nó như một món quà tự chế chu đáo trong kỳ nghỉ lễ.

# 80. Thạch Bồ Công Anh Với Mật Ong

**THÀNH PHẦN:**
- 1 cốc (khoảng 100 bông hoa) cánh hoa bồ công anh
- 1¾ cốc nước
- 1 cốc mật ong hoặc 2 cốc đường hữu cơ hoặc không biến đổi gen
- 1½ thìa nước cốt chanh

**HƯỚNG DẪN:**
a) Sau khi thu thập bồ công anh, bạn hãy rửa sạch và cắt bỏ cuống để chỉ còn lại bông hoa.
b) Phần gốc xanh của hoa cần được cắt bỏ; những cánh hoa màu vàng sẽ được để dành làm thạch. Cách dễ nhất mà tôi thấy để loại bỏ cánh hoa là xé phần gốc của bông hoa, mở bông hoa lên, chọn những cánh hoa màu vàng và cho vào cốc đo lường.
c) Gần như không thể không lấy một ít phần màu xanh trộn lẫn với cánh hoa vì ngón tay của bạn sẽ bị dính. Một chút rau xanh trộn vào sẽ không ảnh hưởng đến hương vị, nhưng bạn hãy cố gắng tách biệt cả hai.
d) Loại bỏ các cánh hoa khỏi phần đế màu xanh lá cây.
e) Tiếp theo, cho cánh hoa bồ công anh vào chảo nước sốt cỡ vừa và đun nhỏ lửa trong 10 phút. Để chảo nguội, chuyển vào tô thủy tinh và đậy nắp để qua đêm. Hỗn hợp bồ công anh có thể để ở nhiệt độ phòng.
f) Đun nhỏ lửa và để nguội qua đêm.
g) Sau khi ngâm cánh hoa qua đêm, dùng lưới lọc mịn để tách nước bồ công anh ra khỏi cánh hoa. Dùng mặt sau của thìa ấn cánh hoa vào lưới lọc để loại bỏ chất lỏng bổ sung khỏi chúng. Trong một chiếc chảo cỡ vừa, không phản ứng, đun nóng nước bồ công anh, mật ong hoặc đường và nước cốt chanh rồi đun sôi. Thực hiện theo hướng dẫn trên gói để thêm pectin. Khi pectin đã được thêm vào, tắt lửa và bắt đầu bước tiếp theo.
h) Lọc cánh hoa ra khỏi chất lỏng.
i) Múc thạch nóng vào lọ đã chuẩn bị ấm. Sử dụng phễu để chuyển thạch một cách an toàn, chừa lại ¼ inch khoảng trống trên đầu.
j) Lau sạch mép lọ bằng khăn hoặc khăn giấy ẩm, sạch, không có xơ và lau lại bằng khăn khô.

k)  Đậy nắp hộp lên lọ và vặn vòng cho đến khi vừa khít với lọ. Đặt lọ vào hộp đựng nước tắm và đậy nắp lại. Khi nước đã sôi, hãy bắt đầu hẹn giờ và xử lý trong nồi cách thủy trong 10 phút.
l)  Cẩn thận lấy lọ ra khỏi bồn nước bằng kẹp đóng hộp và đặt lọ lên bề mặt có lót khăn trong 12 giờ mà không chạm vào.
m)  Sau 12 giờ, tháo các vòng của lọ ra và kiểm tra để đảm bảo tất cả các nắp đều được đậy kín vào lọ, sau đó dán nhãn và ghi ngày tháng vào lọ. Làm lạnh sau khi phá vỡ con dấu.

# 81. mù tạt bồ công anh

**THÀNH PHẦN:**
- 1 chén hạt mù tạt vàng (toàn bộ)
- 1/2 cốc si-rô hoa bồ công anh
- 3 tép tỏi, băm nhỏ
- 1 1/4 chén giấm bồ công anh
- 1 chén rau bồ công anh tươi xay nhuyễn
- 3/4 muỗng cà phê muối

**HƯỚNG DẪN:**
a) Ngâm hạt mù tạt trong giấm bồ công anh trong vài giờ hoặc qua đêm.
b) Thêm tỏi băm, xi-rô hoa bồ công anh, lá bồ công anh xay nhuyễn và muối vào hạt cải đã ngâm.
c) Trộn đều tất cả các nguyên liệu và để chúng cùng nhau trong hộp đậy kín trong vài ngày cho đến khi mềm.
d) Sau vài ngày, chuyển hỗn hợp mù tạt vào lọ nhỏ. (1/4 pint hoạt động tốt)
e) Bảo quản lọ mù tạt trong tủ lạnh để bảo quản tốt trong nhiều tháng. Ngoài ra, bạn có thể ngâm trong nước sôi trong 10 phút để bịt kín.

# 82. Nước sốt bồ công anh

**THÀNH PHẦN:**
- 1 1/2 chén dầu ô liu
- 3/4 chén giấm bồ công anh (được pha chế theo công thức trên)
- 4 tép tỏi
- 1/2 thìa cà phê muối
- 2 muỗng canh mù tạt bồ công anh (hoặc mù tạt Dijon)
- 3 muỗng canh si-rô hoa bồ công anh
- 2 chén rau bồ công anh tươi, xắt nhỏ

**HƯỚNG DẪN:**
a) Kết hợp tất cả các thành phần (trừ rau bồ công anh) trong máy xay sinh tố hoặc máy chế biến thực phẩm.
b) Trộn cho đến khi kết hợp tốt và mịn.
c) Trộn rau bồ công anh cắt nhỏ với dầu giấm đã chuẩn bị trước khi dùng.
d) Thưởng thức Sốt giấm Bồ công anh thơm ngon dùng kèm với món salad tươi hoặc dùng làm nước xốt cho rau và thịt nướng!

# 83. Thạch bồ công anh

**THÀNH PHẦN:**
- 4 chén cánh hoa bồ công anh, bỏ phần xanh
- 4 cốc nước
- 1 thìa nước cốt chanh
- 1 hộp pectin bột Sure-Jell
- 4 1/2 chén đường

**HƯỚNG DẪN:**
a) Đặt cánh hoa bồ công anh vào nồi và thêm nước. Đun sôi rồi giảm nhỏ lửa. Để sôi khoảng 10 phút thì tắt bếp và để nồi nguội.
b) Dùng túi thạch hoặc bộ lọc cà phê để lọc hoa ra khỏi nước. Bạn cần 3 cốc nước bồ công anh, nhưng bạn có thể uống thêm.
c) Trong một cái nồi lớn, trộn hỗn hợp bồ công anh, nước cốt chanh và bột pectin. Đánh đều và đun sôi hỗn hợp này.
d) Thêm tất cả đường cùng một lúc, khuấy liên tục và cho hỗn hợp trở lại sôi. Đun sôi trong 1 phút.
e) Lấy thạch ra khỏi bếp, hớt bọt trên mặt rồi múc vào lọ nóng đã tiệt trùng.
f) Đậy nắp lọ và xử lý chúng trong nồi cách thủy trong 10 phút.

## 84. Pesto hạt bí ngô bồ công anh

**THÀNH PHẦN:**
- 3/4 chén hạt bí ngô không vỏ (xanh)
- 3 tép tỏi, băm nhỏ
- 1/4 cốc parmesan mới xay
- 1 bó rau bồ công anh (khoảng 2 cốc, đóng gói lỏng lẻo)
- 1 thìa nước cốt chanh
- 1/2 chén dầu ô liu nguyên chất
- 1/2 thìa cà phê muối kosher
- Tiêu đen, tùy khẩu vị

**HƯỚNG DẪN:**
a) Làm nóng lò ở nhiệt độ 350°F. Trải hạt bí ngô lên khay nướng có viền nông và nướng cho đến khi có mùi thơm, khoảng 5 phút. Lấy ra khỏi lò và để nguội.
b) Trong tô của máy xay thực phẩm, xay tỏi và hạt bí ngô với nhau cho đến khi thái nhỏ.
c) Thêm phô mai parmesan, rau bồ công anh và nước cốt chanh vào máy xay thực phẩm. Xử lý liên tục cho đến khi kết hợp. Thỉnh thoảng dừng bộ xử lý để cạo các cạnh của tô. Lưu ý: Pesto sẽ rất đặc và có thể khó chế biến sau một thời gian, nhưng không sao.
d) Khi máy xay thực phẩm đang chạy, từ từ đổ dầu ô liu vào và chế biến cho đến khi sốt pesto mịn.
e) Thêm muối và hạt tiêu cho vừa ăn rồi xay thêm vài lần nữa cho hòa quyện.

## 85.Bơ mật ong bồ công anh

**THÀNH PHẦN:**
- 1/2 chén bơ không muối, làm mềm
- 2 muỗng canh cánh hoa bồ công anh (rửa sạch và lau khô)
- 2 thìa mật ong

**HƯỚNG DẪN:**

a) Trong một bát trộn, trộn bơ đã làm mềm, cánh hoa bồ công anh và mật ong.

b) Trộn cho đến khi cánh hoa bồ công anh được phân bố đều khắp bơ.

c) Chuyển bơ mật ong bồ công anh vào đĩa phục vụ hoặc tạo hình thành khúc gỗ bằng giấy da.

d) Làm lạnh bơ trong tủ lạnh cho đến khi cứng lại. Phục vụ ướp lạnh hoặc ở nhiệt độ phòng.

# 86. Bồ công anh Chimichurri

**THÀNH PHẦN:**
- 1 chén rau bồ công anh tươi (rửa sạch và cắt nhỏ)
- 1/4 chén lá mùi tây tươi
- 2 tép tỏi, băm nhỏ
- 1/4 chén dầu ô liu
- 2 muỗng canh giấm rượu vang đỏ
- 1 thìa cà phê lá oregano khô
- Muối và hạt tiêu cho vừa ăn

**HƯỚNG DẪN:**
a) Trong máy xay thực phẩm hoặc máy xay sinh tố, kết hợp rau bồ công anh, rau mùi tây, tỏi, dầu ô liu, giấm rượu vang đỏ và lá oregano khô.
b) Xung cho đến khi hỗn hợp đạt được độ đặc mong muốn.
c) Nêm muối và hạt tiêu cho vừa ăn. Điều chỉnh gia vị nếu cần thiết.
d) Chuyển chimichurri bồ công anh vào tô phục vụ và để yên ít nhất 15 phút trước khi dùng để cho hương vị hòa quyện.

# 87. Giấm hoa bồ công anh

**THÀNH PHẦN:**
- 1 chén hoa bồ công anh (rửa sạch và lau khô)
- 2 chén giấm (chẳng hạn như giấm táo hoặc giấm rượu vang trắng)

**HƯỚNG DẪN:**
a) Đặt hoa bồ công anh vào lọ thủy tinh sạch.
b) Đun nóng giấm trong chảo cho đến khi sôi.
c) Đổ giấm nóng lên hoa bồ công anh trong lọ, phủ kín chúng.
d) Đậy nắp lọ và để ở nơi tối, mát mẻ trong ít nhất 2 tuần để ngấm.
e) Sau 2 tuần, lọc giấm để loại bỏ hoa bồ công anh. Đổ giấm hoa bồ công anh vào chai hoặc lọ sạch để bảo quản.

## 88. Bơ tổng hợp cánh hoa bồ công anh

**THÀNH PHẦN:**
- 1/2 chén bơ không muối, làm mềm
- 1/4 chén cánh hoa bồ công anh (rửa sạch và lau khô)
- 1 thìa nước cốt chanh
- Vỏ của 1 quả chanh
- Muối để nếm

**HƯỚNG DẪN:**
a) Trong một tô trộn, trộn bơ đã làm mềm, cánh hoa bồ công anh, nước cốt chanh, vỏ chanh và muối.
b) Trộn cho đến khi cánh hoa bồ công anh được phân bố đều khắp bơ.
c) Đổ hỗn hợp bơ cánh hoa bồ công anh lên một miếng màng bọc thực phẩm hoặc giấy da.
d) Cán bơ thành hình khúc gỗ và xoắn hai đầu lại cho kín.
e) Làm lạnh bơ trong tủ lạnh cho đến khi cứng lại. Cắt lát và dùng trên thịt nướng, rau hoặc bánh mì.

# sinh tố và cocktail

## 89. bồ công anh chai

**THÀNH PHẦN:**
- 1 cốc rễ bồ công anh nướng
- 6 muỗng canh thì là hoặc hạt hồi
- 36 quả bạch đậu khấu xanh
- 72 đinh hương
- 6 que quế
- 2 muỗng canh củ gừng khô
- 1½ muỗng cà phê hạt tiêu đen
- 12 lá nguyệt quế

**HƯỚNG DẪN:**

a) Thêm 1 muỗng canh hỗn hợp trà cho mỗi cốc nước. Đun sôi 5 phút, sau đó để nguội trong 10 phút.

b) Thêm 1 muỗng canh mật ong hoặc đường nâu (hoặc xi-rô bồ công anh) vào mỗi cốc.

c) Thêm 2 muỗng canh sữa hoặc kem vào mỗi cốc. Nhẹ nhàng hâm nóng lại và phục vụ.

# 90. Bia bồ công anh và ngưu bàng

**THÀNH PHẦN:**
- 1 lb Cây tầm ma non
- 4 oz. Lá bồ công anh
- 4 oz. Rễ cây ngưu bàng, tươi, thái lát -HOẶC- 2 oz. Rễ cây ngưu bàng khô, thái lát
- 1/2 oz. Củ gừng bị bầm tím
- 2 quả chanh mỗi loại
- 1g nước
- 1 lb +4 tấn. đường nâu mềm
- 1 oz. Kem tartar
- Men bia (xem hướng dẫn của nhà sản xuất để biết số lượng)

**HƯỚNG DẪN:**
a) Cho cây tầm ma, lá bồ công anh, cây ngưu bàng, gừng và vỏ chanh thái mỏng vào chảo lớn. Thêm nước.
b) Đun sôi và đun nhỏ lửa trong 30 phút.
c) Cho nước cốt chanh, 1 lb. đường và kem tartar vào một thùng chứa lớn và đổ chất lỏng qua lưới lọc, ấn kỹ cây tầm ma và các thành phần khác.
d) Khuấy để hòa tan đường.
e) Làm nguội đến nhiệt độ phòng.
f) Rắc men vào.
g) Đậy nắp bia và để bia lên men ở nơi ấm áp trong 3 ngày.
h) Đổ bia và đóng chai, thêm t. đường mỗi pint.
i) Để nguyên chai cho đến khi bia trong - khoảng 1 tuần.

# 91. Nước ép rau xanh làm vườn

**THÀNH PHẦN:**
- 2 nắm lá cải xoăn
- 2 lá củ cải Thụy Sĩ
- 1 nắm lớn lá rau chân vịt
- ½ quả dưa chuột
- 1 quả bí xanh nhỏ
- 3 cọng cần tây
- 2 lá bồ công anh (lớn)
- 2 cọng kinh giới tươi
- một chút nước cốt chanh (tùy chọn)

**HƯỚNG DẪN:**
a) Rửa và ép tất cả các loại rau và thảo mộc, sau đó trộn kỹ.
b) Thêm nước cốt chanh để nếm thử nếu bạn muốn hoặc,
c) nếu bạn thích hương chanh mạnh hơn, hãy thêm 1/8 quả chanh (tốt nhất là hữu cơ) và trộn đều cho đến khi hòa quyện.

## 92. Sinh Tố Bồ Công Anh Và Húng Quế

**THÀNH PHẦN:**
- ½ muỗng cà phê quế
- 1 muỗng canh rễ bồ công anh nướng
- 1 thìa cà phê bột rễ cây ashwagandha
- 1 thìa cà phê bột húng quế thánh
- 2 cốc sữa hạt
- 5–7 viên đá

**HƯỚNG DẪN:**
a) Trộn các thành phần thành một hỗn hợp mịn.

## 93. Phòng tĩnh Amaro

## THÀNH PHẦN:
- 1 thìa cà phê hoa cúc khô
- 1 muỗng cà phê hạt thì là khô
- 3 củ đinh hương
- 2 muỗng canh quả óc chó nướng
- 1 quả cam, tốt nhất là hữu cơ
- 1 muỗng canh rễ bồ công anh khô
- 1 muỗng canh bạc hà tươi băm nhỏ
- 1 muỗng canh hương thảo tươi băm nhỏ
- 1 muỗng canh cây xô thơm tươi băm nhỏ
- 1 hạt vani
- ½ muỗng cà phê rau mùi
- 3 cốc vodka hoặc Everclear (100 đến 150 proof là tốt nhất để chiết xuất nhựa và hợp chất đắng)
- 1 ly nước
- 1 cốc đường

## HƯỚNG DẪN:
a) Đặt hoa cúc, hạt thì là, đinh hương và quả óc chó nướng vào túi giấy và dùng cây cán lăn vài lần lên chúng. Cho các loại gia vị và hạt đã nứt vào lọ thủy tinh cỡ 1 lít.

b) Dùng dụng cụ gọt vỏ rau củ, loại bỏ vỏ cam (không có cùi trắng) và cắt vỏ thành từng dải mỏng.

c) Thêm vỏ cam, rễ bồ công anh, bạc hà, hương thảo, cây xô thơm và đậu vani vào lọ.

d) Thêm vodka hoặc Everclear. Khuấy, đậy nắp và dán nhãn ghi nội dung và ngày tháng. Để ngấm ở nơi tối trong 6 tuần. Đánh dấu trước 6 tuần vào lịch của bạn để không quên căng thẳng.

e) Sau 6 tuần, lọc chất lỏng qua lưới lọc mịn vào lọ thủy tinh sạch 1 lít. Loại bỏ chất rắn.

f) Làm một loại xi-rô đơn giản bằng cách đun nóng nước và đường với nhau trên lửa vừa cho đến khi đường tan.

g) Thêm xi-rô ấm (hoặc thay thế mật ong hoặc xi-rô cây phong) với lượng tăng ¼ cốc vào rượu vodka ngâm thảo mộc, khuấy kỹ và nếm thử cho đến khi bạn có được sự kết hợp giữa đắng và ngọt phù hợp với khẩu vị của mình.

h) Amaro sẽ êm dịu và ngon hơn theo thời gian.

## 94. Nước ép lá atisô và thì là

**THÀNH PHẦN:**
- 1 muỗng cà phê lá atisô, thái nhỏ
- 1 củ thì là vừa
- 4 lá bồ công anh tươi
- 4 cọng cần tây
- 1/2 bí xanh

**HƯỚNG DẪN:**
a) Ép tất cả các thành phần, trộn kỹ và uống.
b) Nếu bạn thấy nước ép quá đắng, hãy pha loãng với một ít nước khoáng cho đến khi có vị ngon miệng.

## 95.Mocktail Dứa Cay Và Arugula

**THÀNH PHẦN:**
- 4 quả ớt habanero nhỏ
- 4 thìa mật ong
- 1 nhúm hạt nhục đậu khấu
- 1 pound lá bồ công anh
- 1 pound lá rau arugula
- 8 ounce nước ép dứa

**HƯỚNG DẪN:**
a) Trong chảo, đun nóng habanero với mật ong, nhục đậu khấu và 4 ounce nước cho đến khi hỗn hợp trở nên đặc.
b) Trộn hỗn hợp habanero, lá bồ công anh, rau arugula, nước ép dứa và 4 ounce nước cho đến khi mịn.
c) Lọc và để lạnh cho đến khi nguội.
d) Đổ hỗn hợp vào 4 ly và dùng ngay.

## 96.nước chanh bồ công anh

**THÀNH PHẦN:**
- 1 chén cánh hoa bồ công anh (chỉ phần màu vàng)
- 1 cốc nước chanh mới vắt
- 1/2 chén mật ong
- 4 cốc nước
- Khối nước đá

**HƯỚNG DẪN:**
a) Kết hợp cánh hoa bồ công anh, nước cốt chanh, mật ong và nước trong bình.
b) Khuấy cho đến khi mật ong tan.
c) Làm lạnh trong vài giờ.
d) Phục vụ trên đá. Một nước chanh độc đáo và hoa!

# 97.Rượu bồ công anh Bradbury

**THÀNH PHẦN:**
- 6-8 chén bồ công anh, đóng gói nhẹ nhàng
- 1 gallon nước
- 3 lbs. đường hoặc 3½ lbs. Mật ong
- 1 muỗng cà phê. chất dinh dưỡng men
- ¼ muỗng cà phê. chất tanin
- 3 muỗng cà phê. hỗn hợp axit hoặc nước ép của 2 quả chanh tươi
- 1 viên Campden, nghiền nát (tùy chọn)
- 1 gói rượu sâm panh hoặc men Montrachet

**HƯỚNG DẪN:**

a) Chọn bồ công anh ở khu vực không bị ô nhiễm bởi khí thải ô tô hoặc chó. Điều này có thể không dễ dàng, vì bồ công anh thích những vùng đất bị xáo trộn như ven đường. Hãy chắc chắn rằng bồ công anh không bị phun thuốc diệt cỏ.

b) Hãy hái những bông hoa này và tất cả những bông hoa khi chúng đã nở rộ và sương sớm đã khô. Đó là lúc mùi thơm nhất.

c) Chọn chúng khá tẻ nhạt vì chúng thấp so với mặt đất, nhưng hãy đeo một số miếng đệm đầu gối vào và đi tới đó. Rượu có giá trị nó.

d) Hầu hết mọi người không nhận ra bồ công anh thơm như thế nào. Chúng là loài hoa yêu thích của tôi.

e) Sau khi hái về, bạn hãy loại bỏ hết phần xanh, đặc biệt là phần cuống có vị đắng. Xử lý chúng ngay khi bạn có thể mà không cần rửa để giữ được hương thơm tinh tế. Rượu sẽ không có màu vàng. Nhiều người cho rằng nên như vậy nhưng không phải vậy. Trên thực tế, màu sắc thực sự không tuyệt vời chút nào. Hương vị là.

f) Bảo quản rượu bồ công anh một năm trước khi uống. Tôi thích nó khô khô. Ổn định và ngọt ngào nếu bạn nghĩ rằng bạn sẽ cảm thấy khác về nó. Hãy đọc sách của ông Bradbury nhưng hãy cẩn thận khi đi chung thang máy với ông ấy.

## 98.Sinh Tố Mâm Xôi Xanh Bạc Hà

**THÀNH PHẦN:**
- 1½ chén rau bồ công anh
- ¼ cốc bạc hà cắt nhỏ
- 2½ cốc quả mâm xôi đông lạnh
- 2 quả chà là Medjool đã rỗ (ngâm và làm mềm)
- 2 muỗng canh hạt lanh xay
- ½ cốc nước

**HƯỚNG DẪN:**

a) Bắt đầu với nước, sau đó thêm tất cả các thành phần và trộn cho đến khi kết hợp.

## 99.Nước ép rau bồ công anh cay

**THÀNH PHẦN:**
- 1 củ radicchio
- 1 bó rau bồ công anh
- 1 bó rau mùi tươi
- 1 quả chanh
- Một chút ớt cayenne

**HƯỚNG DẪN:**

a) Xử lý các thành phần trong máy ép trái cây theo hướng dẫn của nhà sản xuất.

# 100. Sinh Tố Nhiệt Đới Ngon

**THÀNH PHẦN:**
- ½ cốc Kiwi đông lạnh
- ½ cốc đu đủ đông lạnh
- 1 cốc xoài đông lạnh
- 1 cốc dứa đông lạnh
- 1 cốc rau xanh bồ công anh
- 1 cốc nước cam tươi

**HƯỚNG DẪN:**

a) Kết hợp tất cả các thành phần trong máy xay và trộn cho đến khi mịn.

# PHẦN KẾT LUẬN

Khi chúng ta kết thúc hành trình xuyên qua thế giới ẩm thực bồ công anh, tôi hy vọng bạn cảm thấy có cảm hứng để khám phá khía cạnh hoang dã của việc nấu ăn và nắm bắt tiềm năng ẩm thực của nguyên liệu khiêm tốn nhưng linh hoạt này. "Cuốn sách dạy nấu ăn bồ công anh hoàn chỉnh" được biên soạn với niềm đam mê ẩm thực lành mạnh, bền vững, tôn vinh vẻ đẹp và sự phong phú của thiên nhiên ban tặng.

Khi bạn tiếp tục cuộc phiêu lưu ẩm thực của mình, hãy nhớ rằng bồ công anh không chỉ là một loại cỏ dại – chúng là một thành phần bổ dưỡng và có hương vị đang chờ được khám phá. Cho dù bạn đang thưởng thức món salad bồ công anh sôi động, nhâm nhi trà bồ công anh sảng khoái hay thưởng thức món tráng miệng bồ công anh hấp dẫn, mỗi miếng ăn có thể là một sự tôn vinh sự phong phú và đa dạng của thế giới tự nhiên.

Cảm ơn bạn đã tham gia cùng tôi trên hành trình ẩm thực này. Chúc nhà bếp của bạn luôn tràn ngập sự sáng tạo, những bữa ăn của bạn luôn lành mạnh và sự trân trọng của bạn đối với khía cạnh hoang dã của ẩm thực ngày càng tăng. Cho đến khi chúng ta gặp lại nhau, chúc bạn nấu ăn vui vẻ và ngon miệng!

www.ingramcontent.com/pod-product-compliance
Lightning Source LLC
Chambersburg PA
CBHW070413120526
44590CB00014B/1379